ధర్మ రక్షకుడు

వెంకటాద్రి

BlueRose ONE .com
Stories Matter
New Delhi • London

BLUEROSE PUBLISHERS

India | U.K.

Copyright © Venkatadri 2024

For permissions requests or inquiries regarding this publication, please contact:

BLUEROSE PUBLISHERS
www.BlueRoseONE.com
info@bluerosepublishers.com
+91 8882 898 898
+4407342408967

ISBN: 978-93-5989-017-3

Cover design: Tahira
Typesetting: Tanya Raj Upadhyay

First Edition: February 2024

ధర్మ రక్షకుడు

Saviour of Dharma

ధర్మం

ధర్మని రక్షించడానికి, సంస్కృతి సంప్రదాయాలను కాపాడడానికి, మారుగుణపడిన పురాతనమైన కళ్ళలకి మళ్ళీ పునర్వైభవని అంధచడానికి ప్రతి జెనరేషన్ లో ఒకరు ఎంపికచేయబడుతారు.

ఎవడు అయితే ఇవ్వని చేయడానికి తన ప్రాణాలు సైతం పలంగ పెట్టడానికి సిద్ధం అవుతాడో, దేశం అతనిని ఎంచుకుంటుంది. ప్రకృతి శిక్షణని ఇస్తుంది, ధర్మం ధైర్యని ఆత్మబలని ఇస్తుంది, సంస్కృతి సాంప్రదాయాలు విలువలను తెలియచేస్తాయి, గ్రాంధలు అవసరమైన జ్ఞానని అందిస్తాయి

ఇవాని ఆ ఎంచుకొన వాడిని ఒక వీరుడిలా తయారు చేస్తాయి . ఆ వీరుడు ఆ సమయంలో జరిగే అన్యాయాలను అడ్డుకొని న్యాయని ధర్మని స్థాపిస్తాడు.

ఆ పోరాటం లో మరణిస్తే ఒక వీరుడిలా మరణించి స్వర్గానికి వెళతారు . విజయం శదిస్తే ఎనలేని కీర్తి ప్రతిష్టలు అతనికి సొంతం, చెరిత్రలో అతని పేరు సువర్ణ అక్షరాలతో లికిస్తారు

అలా ఎంచుకోబడవాడే మన కథలో హీరో. ఈ కధ పూర్తిగా కల్పితము కావచ్చు కాని ఈ కధలో దాగి వున భావాలు స్వచ్ఛమైనవి నిజమైనవి.

జనవరి.2.2023

సూర్యుడు అస్తమించాడు , చీకటి పడుతుంది . తన మోటార్ బండి తో కొండను అదిరోహిస్తున మన హీరో, చీకటి పడింది , ఏనో కష్టాలను అధిగమించిన తరువాత కొండకు చివరకు చేరుకునాడు.

శ్వచమైన గాలిని ఆస్వాదిస్తూ , రాత్రి ఉండడానికి వాసతిని ఏర్పాటు చేసుకునాడు, ఆలోచనలతోనే రాత్రి గడిచిపోయింది.

సూర్యుడు ఉదాయిస్తునాడు పక్షుల కిలకిల రాగాలకి మన హీరో నిద్ర లేచాడు,చల్లని గాలి ప్రశాంతమైన వాతావరణం, కొండపైనుంచి ప్రపంచాని చూస్తునాడు. అతనే మన హీరో పేరు సూర్య. సూర్య ఒక కాలేజీ డ్రాపౌఅవుట్, చాలా తెలివైఅయిన వాడు,

సాహసవంతుడు, ధైర్యవంతుడు. సూర్య అందరీలాంటివాడు కాదు ఎంతో నైపుణ్య వంతుడు ఏనోరకల కళలలో ప్రతిబాషాలి అంతధారికంటే ఎంతో పర్యతేకమైనవాడు. సూర్య కి మహాభారతం లో కర్ణుడు అంటే ఎంతో ఇష్టం . అంతా ఎత్తులోనుంచి ప్రపంచాని చూస్తునా సూర్య కి ఏదో తెలియని అనుబుతి తన దేశాని లో జరిగెధి ఊహించుకొని బాధపడుతునడు.

సూర్య కి తన దేశం అంటే ప్రాణం.

ఇంతలోనే సూర్య మిత్రులు కొండ పైకి చేరుకునరు సూర్య వాలా రాకను గమనించాడు కానీ ఏమి తెలియనట్లు వునడు. వాలు సూర్య ధగరకి వచ్చి చూటూ వున కొండలని ప్రాకుతిని ఆస్వాదిస్తునారు,కానీ ప్రియ మటుకు సూర్య మీందా కోపంగా వుంధి కారణం ఏంటో సూర్య కి తెలుసు రాత్రి ప్రియని వధిలేసి వచ్చినంధుకు కోపం.

కొండపైనుంచి సూర్యోధయని చూడాలనిపించినధి అంధుకనే రాత్రి ఒకడినే వచ్చాను, నీతో కలిసి సూర్యోధయని చూడాలి అని నాకు వుండదా,

అంటే వోధునా అయితే జాగ్రత్తగా వస్తారు రాత్రులు సాహసాలు ప్రమాధకారంగా వుంటాయి అని,

, సాహసాలు ప్రమాధాలు మనకేం కొత్త కధు సూర్య,నీకు ప్రమాధకరమైన సాహసాలు ఒంటరిగా చేయాలి అనిపించినధి అంధుకనె ఒంటరిగా వచ్చావ్ ఇంకోసారి....

వీడికి వీడొ పెద్ధ వోటుగాడు అని పీలింగు అడవిలో కోతులు జింకలు మాత్రమే వుంటాయి అనుకునవరా సింహాలు పులులు వుంటాయి అవేం ప్రీపైరు పబ్లీ లో పెట్లు కావు మనం చెపినటు వినడానికి.

అర్జున్ నువు వుండగా పులులు సింహాలు ననేం చేస్తాయి రా

సూర్య ఇంకోసారి , నాకు చేపకుండా మేము లేకుండా ఒంటరిగా ఏకడికి అయిన వెలవో ప్రియుడవు అని కూడా చూడను చంపేస్తా,నువ్ అంటే నాకు ప్రణం రా, నకూడ ,మాటివ్వూ సూర్య ఇంకా నుంచి మనం అంధరం కలిసే వుండాలి.

అయిన నేనేం కావాలి అని మీమాల్ని వదిలేసి రాలేధు నిన నా మూడ్ ఏం అంతా బాగలేదు ప్రకృతి హీల్ చేస్తాదిఏమో అని వాచా అంతే.

నమలి

"నిజం రా , అర్జున్,.

తాతగారు కలవాలి అనారు నువు నేను రాను అనవ్

మేము తిరిగి వచ్చే తలికి నువు మనల్నే వదిలేసి వచ్చి మూడ్ బాగాలేదు అని కథలు చెప్తునవ్

నాకు ఆకలివెస్తుంది

ఆకలేస్తుందా,సూర్య నీకు కొంచమైనా పని మింద శ్రద్ధ వుంద

నాకు కూడా ఆకలెస్తుంది

సరిపోయరు ఇదరీదరే

ప్రియ, నాకు కూడా ఆకలేస్తుందే

అను నువు కూడా నా

మన హీరోలు వంట ఏర్పాట్లు చేసుకుంటున్నారు..

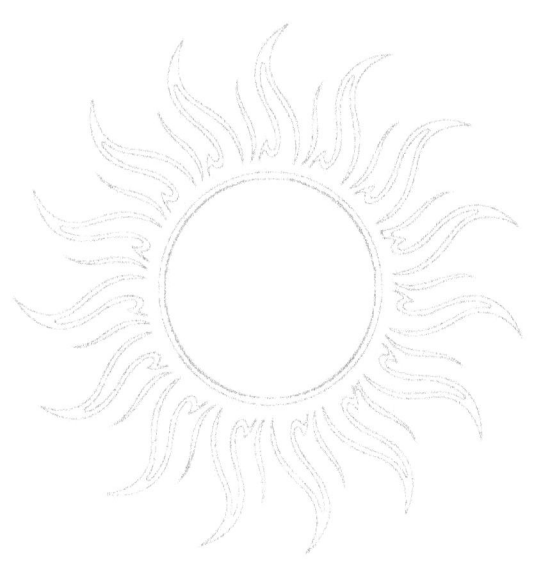

కొని సంవత్సరాలక్రితం

చీకటి రాత్రి, సమయం 12:00 దాటింది అర్జున్ సహాయం తో సూర్య ప్రియ వల పెద్ద కాంపౌండ్ వాల్ దుకుతునడు , అర్జున్ వాల్ బయటే వైట్ చేస్తున్నాడు . సూర్య ఎటువంటి శబ్దం చేయకుండా కాంపౌండ్ లో వున చేటు సహాయం తో ప్రియ గది వద్దకు చేరుకున్నాడు . కిటికీ తెరిచి లోపలికి వేలాడు కిటికీ చపుడు విని ప్రియ నిద్ర లేస్తుంది , చూస్తే సూర్య.

ఆశ్చర్యంతో సూర్య నువు ఇక్కడ ఏం చేస్తునవ్,ఇపుడికే మా ఇంట్లో మన మధ్య ఏదో వుందని అనుకుంటున్నారు ,ఇపుడు రాత్రులు ఇంటికి వస్తునవ్ అని తెలిస్తే ఇంకేమైనా వుందా, అయిన ఎందుకు వచ్చావ్.

ఏం లేదు, రేపటి నుంచి మనకి ఎగ్జామ్స్ కధ అల్ ధా టెస్ట్ చెప్దం అని వచ్చ

అర్ధరాత్రి వంటిగంటకి అబద్ధాలు అడుతునవ్ సిగ్గులేదా అయిన నువు ఎంధుకు వచావో నాకు తెలుసులే,ఎంధుకు వచన్ అంటావ్.

నను చూడాలి అనిపించి వుంటది, అసలే కలిసి చాలా రోజులు అయినధి అంధుకనె వచ్చావ్,

హ్మాం ,

ధగరకిరా

ప్రియ సూర్యని తన కౌగిట్లోకి తీసుకుంటుంది

ఏంటో చేపు,

ఆది

హ్మం ఆది

అదేంటంటే

ఏంటో చేపరా

అదేంటంటే నాకు నిద్ర రావట్లేదు,చిన్నపుడు నాకు నిద్రరాకపోతే మా అమ్మ నాకు మహాభారతం రామాయణం ఇంకా ఎనో కథలు చెపేది ఇంకానుంచి నువే చేపలి.

రేపు ఎగ్జామ్స్ పెట్టుకొని అర్ధరాత్రి గోడ ధుకి వచ్చి కథలు చేపమంటునవ సీరియస్నేస్ ఏ లేదు

కథలు చెప్పమంటే తిడతవ్ ఏంటి

సరే నా భుజం మీందా టోజో కథ చెప్తా

హ్మం

అమాయకంగా ఏం వునవ్ రా బోజో ,నా బంగారంరా నువు బోజో

అనగనగా ఒక రాజు,ఆ రాజు కి ఏడు మంది కోడుకులాంట ...

సూర్య ప్రియ భుజం మీందా నిద్రపోయాడు,సూర్య ఫోన్ రింగ్ అవుతుంది, ప్రియ సూర్య జోబులోనుంచి ఫోన్ తీస్తుంది, అర్జున్ ఫోన్ చేస్తునాడు, ప్రియ లిఫ్ట్ చేస్తుంది

ఏంట్రా

మీరు మీరు అల్ ద బెస్ట్ చెపుకుంటే సరిపోతుంద నేను నా బంగారనికి అల్ ద బెస్ట్ చేపకర్లేద , ఇంతకీ అయ్యగారు ఏం చేస్తునారు

వాడు నిద్రపోయాడు

నిద్రపోయాడా, మాట్లాడేసి పదినిమిషలో వస్తాను ఆనాడు, నిద్రపోయాడా,నేనీడ ధోమలతో యుద్ధం చేస్తునా తెలుసా.

సిగ్గులేదా రేపు ఎగ్జామ్ పెట్టుకొని రోడ్డు మింద ధోమలు కోటుకుంటూ కుర్చునవ్ వీడు చూస్తే కథలు చెప్పమంటునడు సీరియస్నెస్ ఎ లేధు రా మీకు.

ప్లీస్ఎ అక్క వాడిని త్వరగా కిందకి పంపియవ అను వల ఇంటికి వెళ్ళాలి.

సోయా లేకుండా నిద్రపోతునాడురా వీడు.

సూర్య సూర్య లే

హ్మం ఏంటి ఇంకో గంట తరువాత వెలిపోతాలే,

అర్జున్ ఒకడే ధోమలతో యుద్ధం చేస్తునాడు అంట పో పోయి హెల్ప్ చేయి.

అసలు అర్జున్ గురించి మార్చే పోయానే మీలో ఏదో మ్యాజిక్ వుందే నీ కౌగిట్లోకి రాగానే అని మర్చిపోయా.

వుంటది వుంటది రా ఎంధుకు వుండదు అత్తుకొని పోనుకుంటే అట్లనే వుంటది,

ధోమలు చంపెస్తునై త్వరగా రారా

వస్తునా మావ, బై బంగారం,

లవ్ యు సూర్య జాగ్రత్త.

ఏరా వచ్చావా అర్ధ గంటలో వస్తాన్ అని చెప్పి పోయవ్ ఒకటినరగంట అయింది చూడు ధోమలు ఎలా కుట్టిపేటయో

ఇప్పుడు ఎలాగో అను వల ఇంటికి వెల్తునం కదా మందు రపించుకో తగ్గిపొది .

ఏకసాలకి ఏం తకువలేదు ఏకు,

పోనీ

అల్ థ బెస్ట్ చేపిందా,

లవ్ యు అని చేపింది.

అర్ధరాత్రి రోడ్డు మింద తీరిగే వాలకి అల్ ద బెస్ట్ చెప్పారు లే,

ఇవాని స్వీట్ మెమోరీస్ రా, అవును నేను కూడా అను కి ఐ లవ్ యు అనే చెప్తా

అర్ధగంటలో వాస్తవ .....

హలో మావ,

రే ఏంట్రా ఇంతలేకే ఫోన్ చేశావ్ నేను వచ్చి కనీసం ఐదునిమిషాలు కూడా కాలేదు ఇపుడే ధాని రూమ్ లోకి ఎంటర్ అయ్యా ఇంతలేకే ఫోన్ చేశావ్ ఏంటి,మావ నాకు ఆకాలేస్తుంది రా, రేయ్ కావాలనే చెస్తునవ్ కధ, ప్లీజ్ రా, నా బంగారని చూసి చాలా రోజులు అయింది కాసేపు మాట్లాడుకొని వచ్చేస్తా. సరేలే ఫోన్ పెటు.

కొనినిమిషాలు తరువాత

హలో మళ్ళీ ఏంట్రా, నువు అయితే గంటల్గంటల్ మాట్లాడుకోవచ్చు, ఎంతసేపు అయిన వుండోచ్చు, నను ధోమలు చంపేస్తునా ఒకటినారగంట దాకా నిను డిస్టర్బ్ చేయాలా, నువు ఐదునిమిషాలకి ఒకసారి ఫోనేచెసి సంపుతునవ్.

ఆది కాదు రా, ఏది కాదు రా, వాలా తాత నిద్ర లేచేశాడు.

మీ తాత ఎందుకే మూడుగంటలకి నిద్రలేచాడు, మా తాత కి బ్రహ్మముహూర్తం కి ద్యానం చేయడం అలవాటు అందుకనే మూడుగంటలకి నిద్రలేస్తాడు,

మీ తాత ఆయుర్వేద వైద్యుడు అని తెలుసు గాని ఇలా మూడుగంటలకే నిద్రలేస్తాడు అని తెలీదే, అర్జున్ నువు ఇక్కడ నుంచి వెలిపోవ ప్లీజ్, ఏం సంప్రదాయబద్ధం అయిన కుటుంబం ఎ

మీధి,ప్రశాంతంగా ఎలాగో మాట్లాడుకోలేకపోయాం కనీసం ఒక ముద్దు పెట్టు వెలిపోతా,పెళ్లికి ముంధు ముద్దు పెట్టుకోవడం తపుకధ, చి నా బ్రతుకు ముద్దుకి ఏం కాదు బంగారం,

సరే ముద్దు పేట కధ ఇంకా వెలిపో,ఐ లవ్ యు ఎ బంగారం, లవ్ యు టూ రా, ఇంకా పో, మా తత చూస్తే చంపేస్తాడు, వెళ్తున్న దీని అంతటికీ కారణం ఆ సూర్యగాడు రాంగ్ టైం లో తీసుకొచ్చాడు ,

మొత్తం వింటునరే,

వింటునరా సర్, ఇపుడు ఎక్కడవునారు సర్ తమరు, నేను అను వల పెరట్లో జాంచెట్టు మింద వున మావ, నువు చేటు మీందా ఏం చేస్తున్నావు రా, ఆకాలేసింధి జమకాయలు తింటునా చాలా బాగునాయి రా, తిండిబోతునకొడక ముడుగంటలకి ఎవడైన మేల్కొని వుంటే ద్యానం చేసుకుంటారు అంటారా, బ్రహ్మముహూర్తం లో ఎవడు అయిన తింటాడరా

రాత్రి నుంచి ఏం తినలేదురా పైగా డ్రైవింగ్ చేసి బాగా అలిసిపోయాము... .

నా కర్మరా నా కర్మ, ఏంటీ వినపడల , సరే ఆయన కంటపడకుండా బయటకి వచ్చే, సరే వాస్తలే నీకూడ ఏమైనా రొండు

జమకాయలు తేమంటవ , నీకు ధనం పెడతా మావ ఆయన కంట పడకుండా రరా ,అయితే జమకాయలు వదా సరే

ఆటు రాత్రి కాదు ఇటు పగలు కాదు బ్రహ్మ ముహూర్తం లో చుక్కలు చుపిస్తునవ్ కధ రా....

ఇ రొండు జంటలు చిన్నప్పటినుంచి స్నేహితులు వీలు నలుగురు ఒకే స్కూల్ లో చదువుకున్నారు ప్రియ చాలా అందమైన అమ్మాయి తెలివైనది చురుకైనది సూర్య అంటే ప్రాణం. అర్జున్ సూర్య ప్రాణ స్నేహితుడు ఎల్లపుడూ సూర్య తోనే వుంటాడు బలవంతుడు బాగా వంట చేస్తాడు, అనసూయ అర్జున్ ప్రేయసి సంప్రదాయబద్ధం అయిన అమ్మాయి వల తాత దగ్గర ఆయుర్వేదం నేర్చుకుంది ప్రతి ఒక ఆకు , చెట్టు , వేరు ఒక ఉపయోగం తెలుసు వైద్యనైపున్యారాలు.

ప్రస్తుత దినము అడవుల్లో కొండల మధ్య మన హీరోలు భోజనం చేస్తునారు,

అర్జున్ అడవిలో వున గాని వంట చాలా బాగా చేశావ్ రా

అదేంటో ప్రియ నాకు చిన్నప్పటినుంచే....

నీ కధలు రాత్రి వింటం లే ఇపుడు అంతసమయం లేదు

తాత గారు చెప్పిన పనిని పూర్తి చేయాలి మనకి అంతా సమయము లేదు రేపే సూర్యగ్రహణం, రాత్రి లోగా మనం గజముక

పర్వతాని చేరుకోవాలి అపుడే మనం సమయానికి గుహదగరికి
చేరుకోగలము.

 నిన్ను పొగుడుతుంటే దానికి కుల్లు లేరా

తాత గారు మమల్ని కలవాలి అనుకున్నారు అంట

హా రండి కూర్చోండి .

అందరూ చెట్టు కింద వున బల్ల మీందా కూర్చునారు

సమయం వచ్చేసింధి మీకు ఓ రహస్యం గురించి చెప్పాలి .

ఏంటి ఆ రహస్యం,

పూర్వం ఋషులు మహర్షులు తప్పసులు యజ్ఞయాగాలు చేసేవారు వాలా తప్పసుకి మెచ్చి దేవతలు వారాలు ప్రసాదించే వారు, అలా భూమి మిందకి దేవతల వరప్రసాదలుగా ఎనో అద్భుతమైనవి వచ్చాయి, మహర్షులు వల తపశక్తి ని దేవతల వరప్రసాదలను లోక కళ్యాణం కోసం మాత్రమే వాడేవారు, రాక్షసులకు దుష్ట శక్తులకు దొరకకూడదని వాటిని చాలా భద్రంగా దాచి పెట్టేవారు దాచి పెట్టిన చోటు చుటూ ఎనో అపాయాలను ఏర్పరిచారు. కాలం గడిచే కొద్దీ కొని అంతరించిపోయాయి మరీ కొనటిని బద్రపరిచారు.

అలా కొని ఇంకా భూమి మింద వునాయి వాటిలో ఒకటి

" మంచు పుష్పం" .

ఏంటి తాత గారు అది

సంజీవిని పుష్పం తెలుసా అర్జున్,

హ లక్ష్మణుడి కోసం హనుమంతుడు సంజీవిని ని తెచ్చాడు.

హ, మంచు పుష్పం సంజీవిని జాతికి సంబంధించిన కొనిపుష్పలలో ఒకటి. మంచు పుష్పం ప్రాణాపాయ పరిస్థితిలో వున వారిని సంపూర్ణంగా నయం చేస్తుంది. ఎటువంటి జబ్బు నైన సరే నయం చేస్తుంది ఇప్పటి పరిగ్యనం తో పుష్పాణి ఆధారం చేసుకొని ప్రపంచం మొత్తానికి ఉన్నత వైద్యం అందించోచు దాని తీసుకు రాగలిగే సామర్థ్యం మేలో చూశాను కస్టపడితే ధాని దగ్గరకి చేరుకోగలమేమొ గాని ధాని పొందలేరు, మహర్షులు ధనికి ఎలాంటి బద్రతలు ఏర్పరిచారు అంటే దురలోచన తో దుర్వినియోగం చేయాలి అనుకునేవారికీ అధి దొరకదు అక్కడికక్కడే ప్రాణాలు పోతాయి, అది మీమాల్ని పరిషిస్తుంది మంచి మనసు వున వాడు లోక కళ్యాణం కోసం వాడె వాడు వారికి మాత్రమే అధి దొరుకుతుంది ,అది కూడా సులభం కాదు నువు నీ సామర్థ్యాన్ని నీరువూపించుకోవాలి.

తాత గారు మీరు చెప్పింది నిజం అనుకున్ధం కానీ ధాని ఎంధుకు బయటకి తీసుకురావాలి అనుకుంటున్నారు ప్రాణాలు కాపాడడానికి డాక్టర్లు వునారు కధ అయిన ధాని చుటూ ఎంధుకు అని అపధ్ధలు ప్రమాదాలు అధి ఏమి అస్త్రం కాదు కధ ప్రాణాలు కాపడబడితే మంచిదే కధ.

చూడమ ప్రియ కాపడబడితే మంచిదే కానీ ఆ పుష్పం ఒక చెడ్డ వాడి చేతిలో పడితే ధనితో వాడు శ్రుష్టించే ప్రమాధాలు ఎవరు వూహించలేరు ప్రపంచ యుద్ధమే జరగొచేమో, అమృతని పొందడానికి సాగర మాదనం దేవతలు దానవులు కలిసే చేసిన అమృతం కేవలం దేవతలకి మాత్రమే దకినధి అద్భుతాలు మంచివారికి దొరికితే లోక కళ్యాణం జరుగుది లేకపోతే లోక వినాశనం, అందుకనే దానికి అంతా రక్షణ.

ఇంకా పోతే "డాక్టర్లు,ఇపటి వైద్య వ్యవస్తాలు"

ఈ ప్రపంచంలో డబ్బు వునవారికి దనవంతులకి మాత్రమే ఉన్నత వైద్యం అందుతుంది ,సమాన్యుడికి ఉన్నతవైద్యం అంధలీ అంటే వాడు అప్పులపాలు అవాల్సిందే మంచి వైద్యం అందలి అంటే లక్షల కోట్లు దరాపోయాల్సివస్తుంది పూర్వ కాలంలో ఆయుర్వేదం ఆధారంగా వైద్యని వుచితంగా చేసేవారు.

వేదాలలో ఒకటి అయిన అయుర్వేదం ఒక అద్భుతం . ఆయుర్వేదం దైవప్రసాదం మహర్షులచే రచింపబడిన ఒక అద్భుతం. ఆయుర్వేదం లో ఆకులు వేరులతో సహా ప్రతి చెట్టు ఉపయోగం వుంటుంది. మనిషి బలంగా ఆరోగ్యంగా వుండాలి అంటే ఏం చేయాలి ఏం ఏం ఆహారాలు తీసుకోవాలి దగ్గరనుంచి ప్రకృతిలో దొరికే ప్రతి దాని వూపయోగం వుంటుంది.

తాత గారు చేపింది వాస్తవం ఇపుడు వున మెడికల్ సిస్టమ్స్ బాగా చెడిపోయాయి, సేవని తీసుకువెలిన డబ్బు కోసం వైద్యం చేస్తునటు నాటిస్తారు. అందరూ మీలాగా సమాజాసేవ అనుకోని, సమాజం బాగుండాలి అని వైద్యం చేయరు, డాక్టర్ ఆవలి అనుకునే 70% మంది విద్యార్థులువాల తలితండ్రులు డాక్టర్ అయి బాగా సంపాదించొచ్చు అంటే డాక్టర్లు అవుతున్నారు గాని, సమాజానికి సేవ చేయాలి అని కాదు.వాలు డాక్టర్లు అయిన తరువాత డబ్బు కోసం వాలు చేసే పాపపు పనులను లేక కట్టలేము.

నువు చెప్పింది అక్షరాల నిజం అర్జున,పూర్వకాలంలో వైద్యం వుచితంగా చేసేవారు వైద్యం అనేది సమాజ సేవ, వైద్యానికి డబ్బు కి సంబంధం వుండకూడదు.

ఈ పనికి మనల్నే ఎందుకు ఎంచుకున్నారు

సూర్య దేవుడు మనుషులు అందరినీ ఒకేలా శృష్టిస్తాడు .

ప్రాణం ఒకటే ప్రవహించే రక్తం ఒకటే ప్రకృతి ఒకటే పంచభూతాలు ఒకటే, ప్రాణాపాయ పరిస్థితి వచ్చినపుడు ప్రాధాన్యత డబ్బు మీందా మాత్రం ఆదార పడకూడదు. ఈ సమాజని సరైన మార్గంలో నడిపించే సామర్ధ్యం పుష్పాణి తీసుకువచ్చే దైర్యసహాస్యలు నీలోనే చూశాను, ఈ ప్రస్తుత జనరేషన్ లో మీలాంటి

వాలు అరుదుగా వుంటారు. గుర్తుపెట్టుకో సూర్య పుష్పాణి తీసుకొస్తే సరిపోదు దానిని లోక కళ్యాణంకోసమేవినియోగించాలి. నీలో నాకు ఆ సమద్యం కనిపిస్తుంది సూర్య.

మీరు మాలో కొత్త వుతేజని నింపారు తాతయ

మీ అసాయని మేము పూర్తిచేస్తాం, నా దేశం బాగుంటుంది అంటే నేను ఏం చేయడానికి అయిన సిద్ధం, మంచు పుష్పాణి తీసుకువస్తానని మట్టిస్తునను .

అను మీమాల్ని అక్కడికి చేరుస్తుంది పుష్పాణి నువే తెసుకురావాలి సూర్య.

చివరిగా ఒక ప్రశ్న తాత గారు

అడుగు ప్రియ

ఆయుర్వేదం యొక్కగొప్పతనం క్రమక్రమంగా తగ్గిపోతుంది ఆయుర్వేదం అంతరించిపోయే పరిస్థితి కి వచ్చేసింది దీనికి కారణం ఏంటి,

సామాన్యులకు అర్థం కానీ అద్భుతం ఆయుర్వేదం, తారలు మారిన ఆయుర్వేదం గొప్పతనం మారదు ఆయుర్వేదం అధరంగానే అని వైద్యవిద్యాలు పుట్టాయి ఇపుడు వున సమస్యలకి కూడా ఆయుర్వేదం లో పరిష్కారం వుంటుంది, ఎపుడు అయితే భారతదేశం

విదేశీల వశం అయిందో అపుడు మనదేశం లో చాలా మార్పులు వచ్చాయి మన ఆలయాలను నాశనం చేశారు మన వ్యవస్థాలను నాశనం చేశారు మన గ్రందలను నాశనం చేశారు మన సంస్కృతిని కూడా నాశనం చేయాలనుకున్నారు

మన వైద్యావేవస్థా ఇలా తయారు అవడానికి కారణం కూడా విదేశీ పరపాలనే, విదేశీయులు అంటే ఈ తరానికి గుర్తువుండే బ్రిటీషులే కాదు పర్షియన్లు గ్రీకులు సుల్తాన్లు గజినీలు ఇంకా ఎందరో చొరబాటు దారులు ఆకండ భారతదేశాని ముక్కలు చేశారు,

వాలు భారతదేశం పై అధికారం సాధించింది వల మొదటి ప్రయత్నం లో కాదు ఎనో సార్లు మన రాజుల చేతిలో వోడిపోయిన తరువాత అవకాశం కోసం కుక్కల ఎదురుచూస్తూ పరిస్థితులు మనకి అనుకూలంగా లేనపుడు చొరబడరు, ఇపటి ఎంతో మంది భారతీయులకు వల్ల మట్టి యొక్క చరిత్ర తెలియదు. తరలు మర్చిపోయివుండొచ్చు ఏమో కానీ కాలం ఏపాటికి మర్చిపోదు

గ్రంథాలను విశ్వవిద్యాలయాలను నాశనం చేస్తే చేదిరిపొడనికి

భారతదేశపు చరిత్ర కాలములతో రాయలేదు అమ్మ, ఎందరో మహావీరుల రక్తం తో రచింపబడినది , ఎంతో గొప్ప చరిత్ర కలిగిన దేశం మన భారతదేశం, ఎనో గొప్ప విద్యలు కలిగిన దేశం మన

భారతదేశం అందులో ఒకటే ఆయుర్వేదం అది అంతరించిపోకూడదు సూర్య, అంతరించిపోకూడదు, మంచుపుష్పాణి తెచ్చి దాని గొప్ప తనని ప్రపంచానికి చటండీ

అందరూ కలిసి మంచుపుష్పాణి తీసుకువస్తాం అని తాత గారెకి మాటిచ్చారు..

ప్రస్తుత దినము

ఈ అడవిలో మూడు గంటల నుంచి నాడుస్తునం ఇంకా ఎంత దూరం నడవాలి అను

వచ్చేశాం ప్రియ అదిగో అదే గజముక్కపర్వతం

ధిని గజముక్కపర్వతం అని ఎందుకు అనారో అర్ధమాయిందే .

అద్భుతంగా వుంది కదూ, ఏంట్రా సూర్య ఏం మాట్లాడట్లేదు

మామ మన భారతదేశ గొప్పతనని కళ్ళారా చూస్తుంటే ఆశ్చర్యం వేస్తుంది రా

ఇంత పెద్ద పర్వతం దాటాలి అంటే ఎంతలేదన మూడు రోజుల సమయం పట్టుది

మూడు రోజులు కాదు ప్రియ మూడు నెలలు అయిన సరే దాని మనం దాటడం అసంభవం, సాధారణమైన మానవులు అక్కడికి వెళ్ళడం అసాధ్యం ఆది జంతువుల సామ్రాజ్యం ఆ పర్వతం చుట్టూ ప్రకృతి మయా శక్తులు వున్నాయి మన ఇంద్రియాలు మన అదుపు తాపీ ప్రవర్తిస్తాయి నీ మెదడు మయా శక్తి కి గురయి భయంకరమైన దృశ్యలను చూస్తాం ఆ శక్తిని అధిగమించాలి అంటే ఎంతో మేదాశక్తి వుండాలి ఇంద్రియ నిగ్రహన వచ్చివుండలి పూర్వం లో రాజులకు,

ఎంతో నైపుణ్యం వున ఋషులు మహర్షులకు మాత్రమే దాని దాటటం సాధ్యం.

మనిషి తలుచుకుంటే ఏది అయిన సాధించగలడు మనం కూడా దాని దట్టగలం ,సంకల్పం ఒకటి వుంటే చాలు మన ఇంద్రియాలు కూడా మన అదుపు తపకుండా వుంటాయి మన మెదడు కూడా ఆ శక్తిని తట్టుకోగలదు .

మనం అనుకునేంత సులభం కాదు సూర్య

నాకు తెలిసి ఈ మయా శక్తుల పర్వతాని దాటడానికి ఇంకో మార్గం కూడా వుండే వుండాలి ఎందుకంటే కాలం మరే కొది మానవులలో శక్తి తగ్గడం మన పూర్వీకులకి అర్ధమయేవుంటుంది .

వుంది ప్రియ “మయా పుష్పం”

ఇంకొక పుష్పమా ఈ ప్రయాణం అంత పుష్పలతోనే ముడి పడివుందేమో మామ

మయా పుష్పం నుంచి వచ్చే సుగంధపు వాసన మనల్ని ప్రకృతి మయా శక్తుల నుంచి రక్షిస్తుంది.

బంగారం మన కాడ అయితే లేదు కాబట్టి ఇపుడు ఆది ఏకడ వుంది.

దాని సాధించుకురావడం మన తరం వాలకి ఇంకో అసంభవం

అర్జున్

అసంభవం అసాధ్యం అనే పదాలు మన డిక్షనరీ లో నుంచే తీసేయాలి అను.

అయిన మనకి ఆ మయా పుష్పం అవసరం ఏం వుంది, సూర్య చెప్పినట్టు మనల్ని మనం నమ్ముకుంటే సరిపోతుంది.

మహార్షులచే సృష్టించిన ఆపదలను తెల్లిగా అనుకుంటునరే వీలు.

హ ఒకవేల మీకే అంతా మేధాశక్తి వుండీ ప్రకృతి మాయని అదిగమించగలిగిన అడవి మృగాలకు బలైపోతారు , హ హ

ఇపుడు ఏం చేదం గుండె దైర్యని నముకొని పోదాం అంటే నవుతునారు మాయ పుష్పమా లేదు ఇపుడు మన తక్షణ కర్తవ్యం ఏంటి బంగారం , పైగా సమయం కూడా లేదు

అర్జున్ కొంచం ఆగు ,అను నా ప్రియమైన చెల్లెలా మీ తాత గారు నువు మమల్ని ఆ గుహ దగ్గరికి చేరుస్తావ్ ఆనాడు కట్బటి ఆటలు ఆపేసి మార్గం చేపు

తరువాతి తారలు ఈ కొండని అదిరోహించలేరు అని మా తాత వల నాన్న గారి తరం లో ఒక రహస్య స్వరంగా మార్గని నిర్మించారు

ఆ మార్గం మనల్ని ఒక జలపాతం వద్దకు చేరుస్తుంది అక్కడ్నుంచి మంచుగుహ కొంచం దూరమే.

స్వరంగా మార్గానికి వెళ్దాం ,మా బ్యాగులుకూడా మీరే తీసుకురండి

చూడరా సూర్య బ్యాగులను మనకిచ్చేసి ఎంత టీవిగా నడుచుకుంటూ వోతునారో

సరేలే మామ అమ్మాయిలని ఎక్కువ కష్టపేటకూడదు.

అర్జున్ నీకు గుర్తుందా చిన్నపుడు నువునేను కలిసే నిద్రవోయేవాలం అపుడు ఆకాశంలో తారలను చూస్తూ కథలు చెపుకునేవాలం .

హ గురత్తువుంది మిత్రమా చిన్నపుడు ఎంత బాగుండేదో.

అర్జున్ ఆ చుక్కలను చూస్తుంటే నీకు ఏం అనిపిస్తుంది రా,

రేపు మత్స సర్ మనల్ని కోటేటపుడు కనిపించే చుక్కలు కూడా ఇంచు మించు ఈలనే వుంటాయి ఏమో అనిపిస్తుంది.

అయిన మత్స సర్ మనల్ని ఎందుకు కొడతాడు

మనం ఇంకా మత్స సర్ ఇచ్చిన హోంవర్క్ చేయలేదు రా

హో అవును కదా హోంవర్క్ చేయలేదు అయిన మనకి దెబాలు కొత్త కాదు లేరా నేను చుక్కలు గురించి మాట్లాడుతుంటే నువు హోంవర్క్ గురించి మాట్లాడుతావ్ ఏంట్రా నక్షత్రాలను చూస్తే ఏం అనిపిస్తుందో ఆది చేపు

నక్షత్రలో బంగారు మంచం వుంటది అంట ఆ మంచంకోళ దొంగతనం కోసం ముగ్గురు దొంగలు వుంటారు అంట, అదిగో ఆపైన వునాయి కనిపిస్తునరా,

నాకు ఆ కథ తెలుసు కొత్తగా ఏం అయిన చేపు అర్జున్ , నీకు ఏం అనిపిస్తుంది చెప్పు సూర్య .

మా అమ్మ చేపింది నక్షత్రాలు మన పూర్వీకులు అంట భారతదేశాని పరిపాలించిన గొప్పగొప్ప రాజులు అందరూ నక్షత్రాలుగా మరి మనల్ని చూస్తుంటారు అంట చంద్రగుప్త మౌర్యులు, చాణక్యుల వారు, అశోకుడు, మహారణ ప్రతాపుడు, ఛత్రపతి శివాజీ మహారాజులు, వివేకానందుడు, శ్రీ కృష్ణదేవరాయులు, రాజా రాజా చోళుడు వీళ్ళంతా మనల్ని ఆకాశం నుంచి చూస్తుంటారు అంట.

వాలు మనం ఒకతల్లి బిడాలమే అంటే , ఆమే మన భరతమాత అంట వాలు వాలా తరం లో వల అమ్మని ఎంతో బాగా

చూసుకున్నారు అంట వల అమ్మకు ఏ కష్టం రనిచేవాలు కాదు అంట రాక్షసులు వచ్చినపుడు వీలు ముందుండి పోరాడే వాలు అంట మనం కూడా పెద్ద అయిన తరువాత భరతమాత కి ఏ కష్టం రానివకుండా చూసుకోవాలి.

హ్మం చూసుకుందాం,

మనం ఎపుడు కలిసే వుండాలి రా అర్జున్

ఇంకా నుంచి మా తల్లితండ్రులు ఎపుడు పని మీందా వూరికి వెళ్లిన నేను మీ ఇంటికే వస్తా నీనా రాహుల్ వల ఇంటికి గేమ్స్ ఆడుకుందాం అని వెళ్తే వాలు అందరూ దోరేమన్ పోకెమాన్ ల గురించే మట్లడ్తుతునారు నాకేం నచ్చలేదు వాలకి సమస్య వస్తే దొరేమొన్వచ్చి కాపాడతాడు అంట.

రే మనల్ని కాపాడానికి హనుమాన్ వస్తాడు రా చాలా పవర్ఫుల్

ఇంకా ఏం చెప్పారు మీ అమ్మగారు

ఆడవలను కష్టపెడితే యుద్ధాలు జరుగుతాయి అంట ఆడవలని దేవతలుగా పవిత్రంగా చూడాలి అంట.

రామాయణ మహాభారతాలు ఆడవలని కష్టపేటడం వలెనే జరిగాయి అంట

అవునురా అర్జున్ నీకు మహాభారతం లో ఎవరు అంటే ఏకువ ఇష్టాం

నాకు భీముడు అంటే చాలా ఇష్టాం మరి నీకు

నాకు కర్ణుడు అంటే ఇష్టాం రా

నీకు భీముడు అంటే ఇష్టాం వున్నపుడు ఎందుకురా అర్జున్ అని పేరు పెట్టుకునవ్

నేనేం పెట్టుకొల ఆది అలా ఫిక్స్ అయిపోయింది

హలో మీరు మీ కళల ప్రపంచంలోనుంచి కొంచం బయటకి వస్తారా మనం స్వరంగా మార్గం దగ్గరకి చేరుకున్నాం

ఎక్కడవుంది ఆ స్వరంగా మార్గం మకెం కనిపియట్లేదే

అందరికీ కనిపిస్తే అది రహాస్యమార్గం ఎంధుకవుధి రా అన్నయ

అదిగో ఆ కొండ దగ్గర ఐదు పెద్ద రవిచ్చేట్లు కనిపిస్తున్నాయా

హ

ఆ మధ్ధిలో, కొండని అనుకోని ఒక పెద్ద రాయి వుందా

హ,ఆ రాయిని జరిపితే స్వరంగా మార్గం కదా ,

షార్ప్ ఫెల్లో వి బంగారం నువు , పో పోయి ప్రయత్నించి చూడు

అర్జున్ రాయిని జరపటానికి అని విధాల ప్రయత్నిస్తాడు కానీ ఎంత ప్రయత్నించిన రాయి జరగదు

నను ప్రయత్నించమంటావా బంగారం.

మీ అందరికంటే బలశాలిని నేను జరిపితే జరగనిది నువు జరిపితే జరుగుదా

ఒకవేళ జరిపితే నువు నను ఎత్తుకుని తీసుకెళ్ళాలి

సరే

అను రాయి దగ్గరకు వెళ్తుంది పురాతనమైన సంస్కృతి బాషలో మంత్రాలను 108 సార్లు ఒకే స్తాయిలో ఉచ్చరిస్తుంది స్వరంగా మార్గం తెరుచుకోబడుతుంది.

చూశావా తెరుచుకుంది ,

నువు ఒక అద్భుతం బంగారం

నువు మాత్రం ఇపుడు నా ఐరావతం అర్జున్ నను మోసుకు వెళ్ళాలి

సరే ఇంకా వెళ్దాము

అందరూ ఒకరి చేతులు ఒకరు పట్టుకుంటారు

మన దేశం కోసం ఒక కొత్త సాహసం .

సాధిస్తే చరిత్రలో మిగిలిపోతాం కధ సూర్య

మిగిలిపోతాం మిత్రమా

అందరూ గుహలోకి వెళ్తున్నారు వాలకోసం ఒక కొత్త సాహసం ఎదురుచూస్తుంది

గుహ ద్వారాలు మూసుకునాయి అంధరు ముంధుకి నడుచుకుంటూ వెళ్తూనారు

బంగారం నీలో ఇంత టాలెంట్ వుందా ,గుహ ని బలే తెరిచావే

కధా, దాంట్లో నైపుణ్యం సాధించడానికి మూడు సంవచ్చరాలు పట్టింది.

ఆ బాష కూడా ఎక్కడో వినటు అనిపించింది

ఒరేయ్ అన్నయ్య ఆది సంస్కృతం రా

మావ నువు ఒకటి గమనించవ అను మంత్రం ఉచ్చరిస్తునంతసేపు సౌండ్ అండ్ వైబ్రేషన్ ఒకలా వునాయి

అవును సూర్య

మా తాత గారు నేను తపించి ఈ గుహని ఎవరు తెరవలేరు , ఎంతో నైపుణ్యం కావాలి.

బంగారం,బంగారం నన్ను కూడా నువు యెత్తుకొని తీసుకువెలోచు కధ అర్జున్ చూడు అను కి ఎత్తుకు తీసుకెళ్తున్నడు.

పర్వతలను ఏకివద్ధం అనుకునం మిమల్ని ఏకించుకొని I పోవల్సివస్తుంది,ఎక్కు .

సూర్య పర్వతాని అధిరోహించి మృగలను ఎదురుకొని ప్రకృతి శక్తులని దాటుకొని వెళ్ళాలి అంటే ఎంతో శక్తి సమద్యలు కావాలి ఇంద్రియాలను నిగ్రహించుకోగలగలి ఒక మాటలో చెప్పాలి అంటే శూరులు వీరులు అయుండలి

అఫ్కోర్స్ అను, నేను సూర్య శూరులు వీరులు కంటే ఏం తక్కువ కాదు మకుకూడ అంతటి సామర్థ్యం వుంది

తరాలు మరేకొది మనిషిలోని సామర్థ్యం తగ్గుతుంది అది గమనించిన మన పూర్వీకులు మన కోసం ఈ స్వరంగా మార్గాని శృష్టించారు , జాలీ గా హ్యాపీ గా ఏ ప్రమాదాలు లేకుండా గమ్యని చేరుకునే స్వరంగా మార్గాని వదిలేసి కొండని అధిరోహించాలి పులులని చంపాలి అని ఏంటి అర్జున్.

నేకేం తెలుసు అను పులి ని చేతులతో రొండు గా చీలుస్తుంటే ఏం ఫీల్ వుంటదో తెలుసా

వుంటదీ వుంటదీ ఎందుకు వుండదు ఆదే పులి నిను చిలుస్తుంటే కూడా ఆలనే వుంటదీ

యే ఎక్కువ మాట్లాడితే దింపేస్తా అను .

ఏంటి బంగారం నీక్కూడా అర్జున్ గాడి లాగా పులిని రొండుగా చీల్చాలి అని వుందా ఏంది,

ఆది కాదు కానీ తరాలు మరే కొది మనలో సామర్థ్యం తగిపోతుంది ఆది నచ్చడం లేదు, మన రాజులు అయితే స్వరంగా మార్గం వుంది అని తెలిసిన గాని కొండని అధిరోహించి వచ్చేవాలు అంతటి సమర్థవంతులు వల వారసులం అయిన మనం మాత్రం ఇలా స్వరంగా మార్గం లో ఇలా మీమాల్ని వీపు మీందా ఎక్కించుకొని పోవల్సివస్తుంది మనలో కూడా ఆ సామర్థ్యం వుంది .

బంగారం సామర్థ్యం లేకుండానే పుష్పాణి తీసుకురాడనికి తాత గారు మనల్ని ఎంచుకునరు అంట్టవ సులబంగా వెలిపోవచ్చు అనప్పుడు కష్టంగా ఎందుకు వెలడం చెప్పు .

హ్మం,

ఇలా పోవడం లో మజ్జ లేదు ఏదో మీకోసం ఇలా వస్తునం అంతే ఏం అంటావ్ సూర్య...

అలా మాట్లాడుకుంటూ వాలు ఆ మార్గం చివరకు చేరుకున్నారు

అను ద్వారము మింద తన చేతిని వుంచి మంత్రం మనసులో జపిస్తుంది భుతలస్వర్గం ని కి ద్వారము తెరుచుకుంటుంది.

ఆ ప్రదేశము ఎంతో అద్భుతంగా వుంది పచ్చని చెట్లు,పక్షుల కిలకిల రాగాలు, పుష్పాల సుగంధపు వాసనలు స్వర్గలోకమునుంచి భువిపైకి జలువరుతునట్లు వో జలపాతం ఏనో రహస్యాలు దాగివున్న ఒక బృందావనం .

మన ఈ సాహసం ఒక మధురమైన గ్యాపకం లా మిగిలిపోతుంది మిత్రులారా

అవును సూర్య ఇప్పటి వరకు పడిన కష్టం అంతా ఒక్క క్షణలో మాయం అయిపోయింది అని ప్రియ సూర్య భూజని హత్తుకుంటుంది.

ఆ ప్రదేశాని చూసి అందరూ మైమరిచిపోయరు, ఒక సూర్య తప్ప సూర్య పరిశీలనా దృష్టితో ఆ ప్రదేశాని గమనిస్తున్నాడు వలందరు అలానే జలపాతం నుంచి ప్రవహిస్తునా నదిలో ధూకేస్తారు అలా సంధ్యాసమయం వరకు అక్కడే కాలక్షేపం చేస్తారు.

సూర్యుడు అస్తమించాడు కదా ఇంకా పోదాం పదండి వసతికి ఏర్పాటు చేసుకోవాలి తిండికి ఏర్పాటు చేసుకోవాలి చాలా పని వుంది.

అవును బంగారం నువు అర్జున్ వెళ్లి ఈ ఏర్పాట్లు అని చేయండి నేను అను కాసేపు తరువాత వస్తాం.

అర్జున్ ఇంకా సూర్య జలపాతనికి కొంచం ధూరం లో వసతికి ఏర్పాట్లు చేశారు. మామ వాలు వస్తారు గాని మనం రాత్రి భోజనం కోసం ఏమైనా తేధం

ఇక్కడ పండ్లు చెట్లు ఏమి కనిపించడం లేదు రా అర్జున్ మనం కొంచం లోపలికి వెళ్ళాలి అనుకుంటా

అర్జున్ సూర్యలు పండ్ల కోసామని పడమర దిశలో అడవిలోకి వెళ్తూనారు ,

అను దూరం నుంచి వెలోధు అని గట్టిగ అరుస్తుంది

ఏంట్రా సెన్సెస్ పనిచేయడం లేదా మానం వచ్చింది ఆ దిశ లో నుంచి గుహ మనల్ని నేరుగా జలపాతం దగ్గరకు తీసకొచ్చింది అట్టు లోపలికి పోతే, చావే

ఎందుకు బంగారం ఏదో ప్రాణాలు పోయినట్టు అరుస్తునవ్ ఏదో పండ్లు కోసం పోదాం అనుకునం "పోలా కదా" పద్దర సూర్య ఇటు పోతే చస్తాం అంట పెన్నకి పోదాం

మరి భోజనం

అవి మేము తీసుకువచ్చాం

సరే గాని ప్రియ ఎక్కడుంది

టెంట్ కాడ వుంది

అంధరు టెంట్ కడికి చేరుకున్నారు

అందరూ అగ్నిని పెలిగించుకుని ధాని చుటూ కూర్చునారు అర్జున్ తాను తెచ్చిన భియం తో అన్నం వండుతునడు

సూర్య బంగారం ఇలా అడవిలో నక్షత్రాల నడుమున ఇలా నీతో సమాయని గడపడం చాలా బాగుంది.

హ్మం ఇంకా ఏం అనిపిస్తుంది

పెళ్లి చేసుకుందామా

ఏంది ఇక్కడ వద్దు బయటకి పెలగానే చేసుకుందాం

మేం ఇక్కడే పెళ్లి చేసుకుంటాం ఏం అంటావ్ అర్జున్

నేను బ్రమచారి గా వుందం అనుకుంటుననే

చంపేస్తా చంపేసి ఇకడే పతేస్తా.

అందరూ నవ్వుకుంటున్నారు ,ఎంతో మధుర మైన క్షణాలను గడుపుతున్నారు

చెట్లపోధల నుంచి ఏదో అలికిడి రావడం సూర్య గమనిస్తాడు

అను నాకు ఒక విష్యం చేపు

ఏంటి సూర్య ఆది

ఇక్కడికి జంతువులు రావా

రావు సూర్య ఇక్కడకి ఏం జంతువులు రావు మనం ఇక్కడ సురక్షితంగా వుండొచ్చు ఇందాక మీరు పోయారె అక్కడ్నుంచి లోపలికి పోతే జంతువులు వుంటాయి.

ఎందుకని అలా

ఆది ఆ జలపాతం వల్ల ప్రియ, ఆ జలపాతం మాయజలపతం అని ధాని సమీపంలోకి ఏ జంతువులు రావని మా తాత గారు చెప్పారు .

మయా జలపాతమ ఎటువంటి మాయజలపతం

తెలిధే కానీ ఇక్కడికి జంతువులు అయితే రావు, ఆది మట్టుకు కచ్చితంగా చెప్పగలను

సరే మనం అంతా సరదాగా ఒక గేమ్ అడుకుందామ

ఏం గేమ్ సూర్య ఆది అన్ని అను అడుగుతుంది

ఈ గేమ్ లో ఒక ప్రశ్న అడగబడుతుంది దానికి ఎవరికి తెలిసిన జవాబులు వాలు చెప్పాలి అలా వాలు చెప్పిన జవాబులు ద్వారా కొత్త ప్రశ్నలు పుడుతాయి మాట్లాడుకునే టాపిక్ నుంచి కాకుండా ఒక కొత్త ప్రశ్న అడగడం ద్వారా టాపిక్ మారుతుంది

రూల్స్ అండ్ రేగులేషన్స్ గేమ్ మద్దిలో చెప్తా

అంటే ట్రూత్ ఆర్ డేర్ లాగా

ఇంచు మించు అలానే అనుకోండి కానీ ఇక్కడ అడగ బోయే ప్రశ్నలు వాటి యొక్క జవాబులు వింటే దిమ్మ తిరిగిపోది

దానికి ధినికి తేడా ఏంటి అంటే ధిని అంధరు ఆడలేరు బిగ్ మైండ్ సెట్ వున వాలు లైక్ మైండ్డెడ్ పీపుల్ తోనే ఆడగలరు

స్టార్ట్ చేద్దామ

ముగురు ఒకేసారి అడుధం అని జవాబుని ఇస్తారు.

మొదటి ప్రశ్న

మన పూర్వీకులు భారతదేశం యొక్క కీర్తి ప్రతిష్టలను ప్రపంచం మొత్తం వ్యాపింపచేశారు వాల చెరిత్ర చెప్పుకొని మనం బ్రతుకుతునమే గాని వల లాగా మనం ఏమయినా సాదించామ

మన భరతమాత గర్వించ దగ్గినటు మన భారతదేశపు యువత ఏం అయిన సాదించిందా ?

గంట టైమ్ ఇస్తా కనీసం నాలుగు అయిన చెప్పండి

మూసేసి ఆలోచించండి...

కళ్ళు మూసేసి ఆలోచించండి

కొంత సమయం తరువాత...

ఆలోచించారా

ఏం అయిన తెలిస్తే చెప్పండి

మౌనంగా ఉన్నారు ఏంటి మీకేం తెలియదా లేకపోతే మనం ఏం చేయలేదా లేకపోతే సడెన్ గా అడిగే సరికి ఆలోచనల్లోకి ఏం రాలేదా.

సరే మనమే చర్చిద్దాం

మన యువతలో ఎంత మందికి మన భారతదేశపు చరిత్ర తెలుసు ఒక వేల తెలిసిన ఎంతవరకు తెలుసు

అర్జున్ జవాబు ఇస్తూ మామ మహా అంటే ఎకువ మందికి బ్రిటీషుల మీందా పోరాడి స్వాతంత్ర్యం తెచ్చుకున్నాం అన్నే సమయ కాలం వరకు తెలుసు అనుకుంటా,

అంటే అంతకముందు అంతా మన దేశం లో జరిగింది మన చరిత్ర కాదా మన దేశాని వశం చేసుకుందాం అన్ని వచ్చినా విదేశీయులను పిడికెడు మట్టిని కూడా తీసుకుపోకుండ తరిమికొట్టి మన దేశాని రక్షిచిన వారు అందరూ మన పూర్వీకులు కరా ఎంతో పవిత్రంగా భావించే వల ఈ మాతృభూమి కోసం ప్రణలుసైతం లెక్క చేయకుండా పోరాడినవలకి,

ఏమాత్రం ఆలోచించకుండా దేశం కోసం తలలను అర్పించిన వాలకి వల త్యాగాలకు ఎంత గౌరవమర్యాదలను అందించాం, చరిత్రలో చిరస్థాయిగా మిగిలిపోవల్సిన ఎందరో వీరుల గురించి ఈతరం వాళ్ళకి ఏమాత్రం తెలియదు ఇదేనా మన కోసం పోరాడినవలకి మనం ఇచ్చే గౌరవం వల ప్రాణ త్యాగానికి దక్కిన విలువ, ఇదేనా. ఏం తెలుసు ఈతరం వాలకి వల్ల చరిత్ర గురించి ఏం తెలుసు ఈతరం వలకి వల్ల పూర్వీకుల గురించి ఏం తెలుసు ఈతరం వాళ్ళకి వల రాజుల గురించి ఏం తెలుసు ఈతరం వాళ్ళకి వల ఋషుల గురించి ఏం తెలుసు ఈతరం వాళ్ళకి వల్ల వేదాల గురించి ఏం తెలుసు ఈతరం వాళ్ళకి వల్ల దేశం యొక్క మహోనతం అయిన చరిత్ర గురించి. తినడానికి తిండి వేసుకునేదానికి బట్ట వుండడానికి ఇల్లు చేసుకునేందుకు ఒక వుజోగం ఎంజాయ్ చేయడానికి చేతిలో డబ్బు వుంటే సరిపోదా. మన ఈతరం వాళ్ళకి వల్ల స్వార్థం తప్ప తరువాత తరం గురించి అసలు ఆలోచనే లేదు

మన పూర్వీకుల వల్ల మనం ఎంతో గౌరవం గా బ్రతుకుతునం.

ఎందుకంటే వాలు కట్టించిన గుళ్ళు గోపురాలు వాలు చెక్కిచిన శిలాశాసనాలు వాలు రక్షించిన వేదాలు ఉపనిషత్తులు మహాభారత రామాయణం లాంటి మహగ్రందలు ఇంకా ఏనో, వీటి వల్ల మనం, మన దేశ చరిత్ర ఎంతో గొప్పది అని తలెత్తుకొని బ్రతకగలుగుతునం

మన తరువాతి తరం కూడా అలానే గౌరవం గా బ్రతకాలి కధ

దానికోసం మనం ఏం చేశాం.

మళ్ళీ మౌనం

సరే చరిత్ర గురించి మళ్ళీ మాట్లాడుకుందాం

మన పూర్వీకులు కట్టిచినట్టు వైభవంగా గుళ్ళు ఏం అయిన కట్టిచామ కట్టించడానికి వైభవంగా కట్టించడానికి చాలా తేడా వుంది మన పూర్వీకులు కట్టించిన ప్రతి గుడికి ఒక ప్రత్యేకత వుంటుంది అలా ఏం అయిన కట్టిచామా

పోనీ భరతమాత గర్వించ దగినట్టు , దేశం కోసం ప్రాణాలు అర్పించిన ఎందరో మహావీరుల చరిత్రాలని తరువాతి తరం వాళ్ళకి నేర్పిస్తునామ పోనీ వల్ల విగ్రహాలను చరిత్ర గర్వించ దగేటట్టు స్తపించామ, చాణక్యుడు తన భారతదేశం కోసం ఒక బాలుడిని ఒక గొప్ప రాజుగా తీర్చిదిద్ది విదేశీయులను విజయవంతంగా మనమంతా గర్వించ ధాగేటట్టు తరిమి కొట్టారు, ఆయన ఒక గొప్ప కింగ్ మేకర్ భారతదేశం లో ప్రతి రాష్ట్రానికి ప్రతి జిల్లాలో ప్రతి గ్రామానికి ఆయన విగ్రహాలను ప్రతిష్టించి పూజలు చేయాలి, అంతటి మహోన్నతుడు అసలు అలాంటి కీర్తి ప్రతిష్టలకు ఆయన మాత్రమే అర్హులు..

పోనీ విదేశీయులచే ద్వంశం చేయబడ్డ మన గొప్ప కట్టడాలను ఏం అయిన తిరిగి నిర్మించామ మనం ఎంత నిర్లక్ష్యంగా వునం అంటే ఇంకా మనదేశపు కట్టడాల మింద వేరే దేశపు కట్టడాలు వున ఏం తెలినట్లు చూస్తున్నాం, ఎంత సిగ్గు చేటు,

మొత్తం ప్రపంచంలోనే అత్యంత పురాతనమైన భాష అయిన సంస్కృతం మన దేశం లోనే పుట్టింది, అంతా గొప్ప భాష మనదైనందుకు యావత్ భారతదేశం గర్వించాల్సిన విషయం , గుండెలో పెట్టుకోవాల్సిన గొప్ప బాషాని కనీసం స్కూల్ పిల్లలకి కూడా నేర్పించలేకపోతునం, మన దేశం లోని ప్రతి భాష దాని అధరంగానే పుట్టాయి మన గొప్ప కవులు రచించడానికి వాడిన భాష, మన చరిత్రను దాచుకున్న భాష, అంతా గొప్ప బాషాని ఇంట్లో పెట్టుకొని,మన వాళ్ళకి విదేశీ ఆంగ్లం లో మాట్లాడటం అంటేనే ఎక్కువ ఇస్తాం, అలవాటు అయిపోయింది.

64 కళ్ళలకు పుట్టినిల్లు మన దేశం, ప్రపంచానికి విద్య నేర్పించడం కేవలం నా దేశానికి మాత్రమే సాధ్యం నా దేశం లో లేని కళ్ల అంటు లేదు, కానీ బాధాకరమైన విషయం ఏంటంటే నా దేశం లో ఎక్కువ శాతం మందికి వల్ల దేశ ఘనత ఏంటో తెలియదు.

వేదపురాణాలు తెలియవు చరిత్ర తెలియదు పూర్వీకులు అయిన రాజుల గురించి తెలియదు కళ్లముందే కనిపిస్తున్నా

శిధిలవ్యవస్థ లో వున కట్టడాలను తిరిగినిర్మించడం తెలియదు సంస్కృతం రాదు భరతమాత మనల్ని చూసి ఎలా గర్విస్తుంది రా...

అర్జున్, స్కూల్ అయిపోయిన తరువాత మన జాతీయగీతం ని మర్చిపోయిన యూత్ రా మనం

మనోలని గుక్క తిప్పకుండా 10 మంది గొప్ప రజులపెర్లు, దేశం కోసం ప్రాణాలు అర్పించిన 10 మంది వీరుల పేరులు చెప్పమంటే చెప్పలేరు కానీ 10 మంది హీరో హీరోయిన్ ల పేర్లు సునాయాసంగా చెప్పేస్తారు ఇంత కన్నా సిగ్గు చేటు ఇంకొకటి వుంద

ఇప్పటికైనా కళ్ళు తెరుచుకోండి మిత్రులారా సమయం చేయిదాటిపోతుంది మన ఆస్తిత్వాని మన సంప్రదాయాలను మన సంస్కృతిని మన విలువైన సంపదలను మనమే కాపాడుకోవాలి.

నువు చెప్పిందంట్లో నిజం వుంది కానీ అందరూ అలానే వున్నారు అన్ని అనుకోలేము కధ బంగారం

ప్రియ మన దేశం లో 80%మంది వల్ల స్వార్థం కోసమే పనిచేస్తునారు

చిన్నపాటి నుంచి మనకి ఏ బి సి డి లు నేర్పిస్తారే గాని సంస్కృతి సంప్రదాయాలు నేర్పించరు మంచిచెడులు నేర్పించరు ఎవరితో ఎలా ప్రవర్తించాలో ఎలా ప్రవర్తించకూడదో నేర్పించరు ఒకరికి

నేర్పించాలి అంటే ముందు వాళ్ళకి తెలిసివుండలి కథ, మన దేశపు గోప్ప గొప్ప రాజుల చరిత్ర గురించి నేర్పించరు ఇవి నేర్పిస్తేనే కథ రోషం పౌరుషం ఆత్మ అబిమానం లాంటివి వస్తాయి వల వీర గాథ వింటేనే కథ దేశం కోసం ప్రాణాలు అయిన సంతోషంగా నవ్వుతూ ఇవ్వాలి అనిపిస్తుంది దేశభాష అయిన సంస్కృతం మన్నకి అర్థం కాకపోతే మనం మన చరిత్రని ఏం అర్థం చేసుకుంటాం ప్రపంచానే ముందుకు నడపగల గ్యానం ఆ బాషలోనే దాగి వుంది వుధహారణకి చక్రం ఆవిష్కరణ విద్యుత్ ఆవిష్కరణ లాంటివి ఎన్నో ప్రపంచానికి తెలియక ముందే మన గ్రందలలో రచించబడి వుంది, మనకి స్వాతంత్ర్యం వచ్చినప్పటి నుంచి మన సమాజం నిద్రపోతూనే వుంది లే

ఒక సంఘటన చెప్తా

ఒక పిల్లవాడు స్కూల్ నుంచి ఇంటికి వెళ్ళినప్పుడు వాడి చేత హోంవర్క్ చేపించే తల్లితండ్రులు వున్నారు గాని వల పిల్లల చేత భగవద్గీత చదివించే తల్లి తండ్రులు ఎంత మంది వున్నారు భవిషత్తు లో ఒకవేళ మన సంస్కృతి సాంప్రదాయాలు అంతరించిపోయే పరిస్థితి వస్తే దానికి ముక్యమైన కరణాలు మాన్నకి మన గ్రంథాలను అర్థం చేసుకోలేకపోవడం ఒకటి అయితే మన్నాకి మన సంస్కృతి సంప్రదాయాలను నేర్పించే వాలు లేకపోవడం మరోకట్టి.

ఇంకా యువత విషయానికి వస్తే చిన్నప్పటినుంచే 80%మంది వుజ్యోగం చేయాలి అనే మైండ్ సెట్ తోనే వుంటారు వల తల్లి తండ్రులు కోరుకునేది కూడా అధె ఎందుకంటే వాలు వాలపిల్లలు కష్టపడాలి అన్ని కోరుకోరు రిస్క్ లు చేయాలి అని కోరుకోరు ఎవరు ఎటు పోయిన పర్వాలేదు దేశం ఏం అయిపోయిన పర్వలే కానీ వాడి కొడుకు మాత్రం కష్టపడకూడదు.

వీడు మాత్రం సినిమాలు షికార్లు అమ్మాయిలు వెనక తిరుగుతూ వుంటాడు ఏం ఏం వ్యసనాలు అని అలవాటు చేసుకుంటాడు ఏదో కష్టపడి డిగ్రీ ఒకటి పూర్తి చేస్తారు దాంట్లో కూడా న్యాయంగా రాయరు నేను అందరి గురించి మాట్లాడడం లేదు 80%మంది గురించి మాత్రమే మాట్లాడుతున్న మనం అందులో లేము లే

తరువాత వుజ్యోగంకోసం మళ్ళీ ఎక్కువ మంది విదేశాలకు వెళతారు ప్రపంచం లోనే పెద్దపెద్ద కంపెనీలలో మన భారతీయుల పెద్ద పెద్ద స్థాయిలో వుంటారు కానీ వల వల్ల మన దేశానికి పెద్ద ఉపయోగం వుండదు.

మనవలని ఉపయోగించుకొని విదేశీ కంపెనీలు అభివృధి చెందుతున్నాయి.

అప్పటికి ఇప్పటికి పెద్దగా ఎం మారలేదు బంగారం

బాధ పడకు సూర్య,

దేశం అభివృద్ధి తో ముందుకు నడవడానికి ఆత్మాభిమానం తో ముందుకు నడవడానికి చాలా తేడా ఉంటుంది మిత్రులారా

ప్రపంచంలో ఎన్నో దేశాలు అభ్విద్ధిలో ముందుకు వెళుతున్నాయి మనం కూడా ఆ పరుగుపందెంలో లో పరిగేస్తునం. అభివృది చెందడం మంచిదే కానీ మన చరిత్రని మన సంస్కృతి సంప్రదాయాలను మన వునికిని మరిచిపోయి కాదు. ప్రపంచ ఆధిపత్యం కోసం దేశాలకి దేశాలకి మధ్య జరిగే అంతర్గత యుద్ధం ని ఏదురుకునేదనికి అభివృధి చెందడం అవసరమే,అసలు దేశాలకి దేశాలకి మధ్య యుద్ధాలు జరిగేదే పవర్ కోసం, ఒక దేశ సంస్కృతి సంప్రదాయాలను వాల వునికి నాశనం చేయగలిగే పవర్ కోసమే యుద్ధాలు జరుగుతాయి చరిత్రని తిరగేసి చూడండి ఆశ్చర్యపోయే ఎనో విషయాలు తెలుస్తాయి. ప్రపంచాన్ని మొత్తం ఒక్కరే పరిపాలించే అంతవరకు ప్రపంచ యుద్ధాలు జరుగుతూనే వుంటాయి, భీజం ఎప్పుడో పడింది కారణాలతో సహా అన్ని సిద్ధంగానే వున్నాయి దేశాలే సిద్ధంగా లేవు.

ఒక చిన్న కథ చెప్తా ముందే చెప్తున్న ఈ కథ లో లాజిక్లు వుండవు లాజిక్ల గురించి మీరు ఆలోచించకూడదు కూడా జస్ట్ ఫీల్ థ స్టోరీ.

ప్రపంచం అంతా పెద్ద అడవి ఆ అడవిని తరతరాలుగా కొని వేల సంవత్సరాలు నుంచి సింహాలు పరిపాలిస్తునయి ఆ సింహాలు చాలా శక్తి వంతమైన సింహాలు,సింహాల ధర్మబద్ధమైన పరిపాలనలో అడవి అంతా కళకళ లాడుతుండేది దినే స్వర్ణ యుగం అంటారు సింహాలు ప్రపంచమంతా పరిపాలిస్తునా వాటి కంటూ ఒక జన్మ స్థలం అంటువుంటుంది ఇక్కడ ప్రపంచం అంటే అడవి, కన్ఫ్యూజ్ అవదు మిత్రులారా

సింహాలకి కూడా పద్ధతులు సాంప్రదాయాలు వుంటాయి

సింహాలు వాటి సంప్రదాయాలు పుట్టిన ప్రదేశాని సింహ ప్రదేశం అనుకుందాం

ప్రకృతి పరిస్థితుల వల ప్రపంచం అంతా పెద్ద అడవి కాస్త ముక్కలు అయింది

ఎని ముక్కలు అయింది మామ

అర్జున్ ఇపుడు ఆది అవసరమా ఫీల్ థ స్టోరీ రా

అంటే క్లారిటీ కోసం మమ

నీ లక్కీ నెంబర్ ఎంత

7

7 ముక్కలు అనుకో

ఆ ముక్కలు అయిన అడవిలో కూడా సింహాపు పరిపాలనే నడుస్తుంది ప్రతి ప్రదేశాని ఒకో సింహం పరిపాలిస్తుండేది

ఇపుడు మనం కథలో ముందుకి వెళ్దాం ఎందుకంటే మన కథ శక్తివంతమైన సింహాల గురించో ముక్కలు అయిన ప్రపంచం గురించో కాదు

కాలం గడిచే కొది శక్తివంతమైన సింహాలు కాలంలో కలిసిపోయే టైమ్ వచ్చింది మట్టిలో పుట్టిన ప్రతిదీ మట్టిలోనే కలిసిపోవాలి అది శృష్టి నీయమం దేవుడు అయిన సరే శృష్టి నియమానికి కట్టుబడి వుండాలి అయితే వాలకి అధిగమించే శక్తులు వుంటాయి మనకి వుండవు

సింహాల తరువాతి తరం వాటి ముందు తరం అంతా శక్తి వంతమైనవి కావు ఎందుకంటే వాటి ముందు తరం సింహాలు అంతరించి పోయేటప్పుడు వాటి శక్తి వంతమైన గ్యనని తరువాతి తరం సింహాలకు అందచేయలేదు ఎండుకంటె ఆవి ఆ గ్యనని ప్రమాద కరంగా భావించాయి వాటి వాల యుద్ధాలు జరుగుతాయి అన్ని

బావించాయి ముందు కూడ సింహాలు మదిలో యుద్ధాలు జరిగాయి అందుకనే ఆ సింహాలు ఆ అస్త్రశస్త్రాలు యొక్కగ్యనని తరువాతి తరం సింహాలకు నేర్పించలేదు కానీ సంస్కృతి సంప్రదాయాలు మిగతా గ్యనని బద్రపరిచారు

కానీ క్రమక్రమంగా ఏం జరగసాగిందంటే సింహాలు పరిపాలించే ముక్కలు అయిన అడవిలో సింహాల శక్తి తగ్గి రాజ్యాన్ని కొలిపోసాగాయి

ఆ సమయం లో ముక్కలు అయిపోయిన ప్రదేశాలలో సింహాల పరిపాలన పోయి హైనాలు తోడెల పరిపాలన మొదలు అయింది

వాటి పరిపాలన సింహాల పరిపాలన అంతా గొప్పగా ధర్మ బద్ధంగా వుండేది కదు హైనలకి తోడేలకి ముక్కలు అయిపోయిన అడవిని మొత్తం వల్లే పరిపాలించాలి అనే కోరిక

సింహాలు మటుకు వాటి ప్రదేశంలో అవి పరిపాలించుకుంటునాయి

వాటి పరిపాలన ముందు తరం సింహాలంత గొప్పగా లేకపోయినా ధర్మం అధరంగానే రాజ్యాన్ని పరిపాలించేవి

ఈ తోడేలు హైనాలు మటుకు రాజ్యవిస్తరణ కాంక్ష తో వేరే రాజ్యాలను ఆక్రమించడం ఆక్రమించుకొన ప్రదేశాలును నాశనం

చేయడం అక్కడ వున్న మిగతా జీవులను హింసించడం లాంటివి చేసేవి సింహాలు మటుకు వాటి ప్రదేశాని చిన్న చిన్న ముక్కలుగా విబజించుకొని పరిపాలించుకునేవి సింహప్రదేశం లో రాజ్యానికి రాజ్యానికి బేధా విభేదాలు వున ధర్మనీ పాటించేవి

తరతరాల నుంచి అలా పరిపాలించుకుంటూ వాటి పూర్వీకులు ఇచ్చిన గ్యనని తరువాతి తరానికి అందచేస్తూ వస్తునాయి

హైనాలు తోడేలు మటుకు ముందు బలహీనంగా వుండే రాజ్యాలను ఆక్రమించుకొని సైన్యాని పెంచుకుంటూ ఆ ఆ ఆక్రమించుకున్న ప్రదేశాలపు ఆస్తిత్వాని పూర్తిగా నాశనం చేసేవి వాటి చరిత్రను మట్టిలో కలిపేసేవి

చరిత్ర ఆస్తిత్వాలు ఎలాంటివి అవి అంతరించిపోతే వాటికి అనుసంధానం అయిన ప్రతి జీవరాశి అంతరించిపోయినటే చరిత్రను అస్తిత్వాన్ని సంస్కృతి సంప్రదాయాలను తరువాతి తరానికి అందచేయడంలో ఎటువంటి లోటుపాట్లు వుండకూడదు ఒక తరం తరువాతి తరానికి వీటిని అందచేయడం లో విఫలం అయితే తరువాతి తరం లో శక్తి తగ్గిపోతుంది అంటే తరువాతి తరం నాశనం అయినట్లే సింహాలు ఎపుడు కూడా వాటి వాటి ఆస్తిత్వాని కాపాడుకునేవి వాటి తరువాతి తరాల కోసం అద్భుత కట్టడాలను వునికినీ నిరువుపించే చిహ్నాలను నిర్మించేవి.

హైనాలకు తోడేలకు సింహ ప్రదేశాన్ని ఎప్పట్నుంచో నుంచో ఆక్రమించుకోవాలి అనివుంది

సింహ ప్రదేశము ఎటువంటి ప్రాంతము అంటే అక్కడ వనరులకి కొదవే లేదు వజ్ర వైడూర్యలు సిరిసంపదలులతో వర్ధిలతుండేది

ఇది ఒక కారణము అయితే మరో ముక్యమైన కారణం ఆదికర కాంక్ష ఏనాటికైనా అడవిని మొత్తం ఆవే పరిపాలించాలి అని, కానీ సింహాలు బ్రతికివునంతవరకు ఆది సాధ్యం కాదు అడవిని మొత్తం ధర్మబద్ధంగా పరిపలించగలగడం సింహాలకు మాత్రమే సాధ్యం.

మమ నాకు ఇక్కడ ఒక డౌట్

ఏంటి రా ఆది

అడవిని మొత్తం సింహాళే పరపాలించాల్సిన అవసరం ఏంటి

అడవిని సమర్ధవంతంగా పరిపాలించగలిగే సామర్ధ్యం సింహాలకు మాత్రమే ఎందుకు

ఒకవేళ అడవిని మొత్తం హైనాలో తోడేలూ పరిపాలిస్తే ఏం జరుగుతుంది

సింహాలకు సంబంధించిన గ్యన గ్రంధలు వాటి గుణ గణాలు ధర్మ పరిపాలన గొప్ప చరిత్ర ఇంకా వాటి పెక్తిత్వం అడవిని

సమర్ధవంతం గా పరిపాలించగలిగే సామర్ధ్యవంతులనిచేస్తాయి ఇలా ధర్మ బాదంగా అడవిని పరిపాలిస్తే అడవిలోని జీవరాసులు అన్ని శుకాసంతోషలతో ప్రశాంతంగా వుంటాయి అడవి ప్రకాశవంతంగా ప్రజ్వలిస్తుంది ముఖ్యంగా పరిపాలన అనేది ధర్మ బద్ధం గా సాగుతుంది హైనాల పరిపాలనలోనో తోడేలా పరిపాలనలోనో ఇది జరగదు, పరిపాలన అనేది ధర్మ బద్ధంగా లేక పోతే సృష్టి వినాశనం జరుగుది అందుకని ధర్మం తెలిసిన జీవులు మాత్రమే పరిపాలించడానికి అర్హులు .

ఆది హైనాలు సింహ్ ప్రదేశంలోకి జొరబడుతున్న సమయం

హైనాలు ముందు సింహప్రదేశం లోని పడమర దిక్కు నుంచి దాడి చేయడం మొదలు పెట్టాయి హైనాలు ఎన్నో సార్లు సింహప్రదేశం మిందకీ యుద్ధానికి వచ్చాయి కానీ ప్రతిసారీ పరజితులు అయాయి ,ఎంత ఘోరంగా యుద్ధం లో ఓడిపోయాయి అంటే ఒక యుద్ధం లో అయితే 30000 పైగా వున్న హైనాల సైన్యాని 3000 సింహాలు ఎటువంటి రాజ్యాధికారం లేని సాధారణం అయిన సింహాలు పరాజితులని చేశాయి అలా ఎన్నో సార్లు పరాజితులు అయిన తరువాత సింహప్రదేసం లోకి జొరబడయి, కొన్ని హైనలు సింహప్రదేశం లోకి అతిధులుగా ప్రవేశించాయి, సింహాలు అతిధులని

దేవుల భవిస్తాయి శత్రువు అన్ని తెలిసిన సరే అతిదిమర్యధలో ఎటువంటి కొరత వుండకుండా చూసుకుంటారు

అతిథులుగా వచ్చినా హైనాలు తోడేలు వాటి దుర్బుధి ని చూపించడం మొదలు పెట్టాయి

స్వార్ధం కోసం బంధాలు బంధుత్వాలు ఏర్పరుచుకొని ఇతర రాజ్యాలను, సింహాల సహాయం తోనే గెలుచుకొని పరిపలించుకోడం మొదలుపెట్టాయి మిత్రుల ముసుగులో సింహాల భలలు బలహీనతలు తెలుసుకునాయి, ఆతరువాత యుద్ధం చేయసాగాయి

అధర్మంగా యుద్ధ నియమాలకు విరుద్ధంగా ఆ ప్రదేశపు సింహాపు రాజులను హైనాలు అధర్మంగా హత్య చేశాయి, రాజు లేని రాజ్యలు అలకలోలనికి గుర్రైయేవి, రాజు మరణించాడు అన్న వార్తా తెలియగానే ఆ రాజ్యం లోని రాణులు, స్త్రీ మూర్తులు అగ్నికి ఆహుతి అయిపోయేవారు ఎందుకంటే బ్రతికి వుంటే హైనాలు చేసే ఘోరాలు దరునమైనవి దానికంటే మృత్యువే ఎంతో శ్రేయస్కరం అన్ని భావించారు అధర్మంతో గెలిచిన హైనాలు ఆ రాజ్యం లో ఎనో దారుణాలు చేసేవి రాజ్యంలోని ప్రతి గొప్ప కట్టడాలను సింహాల వునికిని తెలిపే ప్రతి దాని ద్వంశం చేశారు

మిగతా దేశలో ఆదేశపు పురాతన ఆస్తిత్వాని తరువాతి తరాలకు ఎలా అయితే అందచేయకుండా చేశారో సింహ్ప్రదేశం లో కూడా అలానే చేయాలి అనుకున్నారు కానీ ఆది వాటితరం కాదు ప్రపంచం అంతా ఏకం అయిన సింహప్రదేశాని లోని సింహాల నుంచి వాటి ఆస్తిత్వాని చేరిపేయటం సంభవం కాదు, అది అర్ధం చేసుకోలేని హైనాలు ఆ రాజ్యం లోని సింహాల వునికి తెలియచేసే ప్రతి దాని నాశనం చేసేవి కానీ వాటికి తెలియదు సింహప్రదేశం లోని మట్టి తన ఆస్తిత్వాని ఎప్పటికీ మర్చిపోదు వాటికి తెలియదు ఆ మట్టి యొక్క శక్తి.

సామంతులుగా మారిన సింహాలను వేరే రజ్యాలమిందకి యుద్ధానికి పంపించేవి వారి రాజ్యం లోని ప్రజల రక్షణ కోసమ్మో ధర్మానికి కట్టుబడో యుద్ధంలో విడిపోయినా సింహాలు కూడా సామంతులుగా మారడానికి వోపుకునేవి మరికొన్ని సింహాలు వొడిపోతం అన్ని తెలిసిన వీరోచితంగా పొరడేవి ఆకరి క్షణం వరకు యుద్ధం చేసేవి కానీ బానిసలుగా మరేవీ కాదు.

అది యుద్ధ సమయం కాని ఈ సారి యుద్ధాలు రాజ్యాల కోసం కాదు అస్తిత్వం కోసం, ఈ యుద్ధం లో సింహప్రదేశపు అస్తిత్వం కోసం పోరాడే సింహాలకు మద్య సామంతులు గా మారిన సింహాలకు మద్య నీతి నియమాలు లేని హైనాలకు మధ్య జరిగేవి ఈ సమయం లోనే

సింహప్రదేశపు మట్టి నుంచి కొని వీర సింహాలు జన్మించాయి సింహాలు వాటి అస్తిత్వాని హైనాలనుంచి కపడుకున్నాయి సింహప్రదేశం మొత్తం హైనాల నుంచి రక్షిందుకునాయి, హైనాలను పరాజితులను చేశాయి హైనాలను నిరోధించయి అప్పటికే హైనాలు సింహప్రదేశం లో వాటి వితనని నట్టేశయి సింహాలు న్యాయం అయినవి ధర్మం అయినవి కాబట్టి ఒకరి అస్తిత్వాని నాశనం చేయడలుచుకోలేదు హైనాలకి సింహప్రదేశం లో బంధుత్వాలు వున కారణం చేత సింహప్రదేశం లో హైనాలు నివసించేందుకు అనుమతిని ఇచ్చాయి అప్పటికి వ్యాపారం కోసం అన్ని సింహప్రదేశానికి వచ్చినా తోడేలు ఇవని ఒక కంట గమనిస్తూనే వున్నాయి.

ఒక శకం పూర్తి అయింది సింహప్రదేశపు అస్తిత్వం కోసం పోరాడిన ఆ వీర సింహాల వీర గాథ ను చరిత్ర ఎప్పటికీ మార్చిపోదు భావితరాల వారికి స్పూర్తిదాయకంగా చరిత్రలో మిగిలిపోతుంది.

కానీ ముప్పు పూర్తిగా తొలగిపోలేదు తోడేలు హైనాల పరాభవం తో చాలా విషయాలను తెలుసుకున్నాయి సింహాల మధ్య వున్న బలహీనతలను చునంగా పరిశీలించాయి సింహాల మధ్య బేడ విభేదాలను వుత్పతి చేశాయి కొత్తరకాపు ఆయుధాలతో యుద్ధ శైలినే మార్చేసాయి తోడేలు కూడా అధర్మ పక్షమే, పోరాడే విధానం మారింది క్రూరత్వం లో హైనాలకు ఏమాత్రం తోడేలు తీసిపోరు

తోడేలు సింహాలను బెదవిబేదలతో విభజింపసగాయి విభచించిన వారిసహాయం తోసే వారిని పరాజితులను .చేశాయి. విభజించి పరిపాలించసాగాయి. రజ్యారికలు అంతమవసాగాయి ప్రజలకు రాజుల మీందా నమకం తగ్గిపోయింది , ఈసారి తోడేలా కొత్తరకమైన అయుధలదటికి సింహాప్రదేశపు రాజులు వీరమరణం చెండల్సివచింది మళ్ళీ కొంత మంది రాజులు సామంతులుగా మారారు సింహా ప్రదేశం మొత్తం తోడేలా పరిపాలనలోకి వెళ్లిపోయిది సింహా ప్రదేశం ద్వంశం అయింది ఎన్నో ఘోరాలు నేరాలు జరగసగాయి సింహాప్రదేశపు వున్నికిని తెలియచేసే ప్రతి కట్టడాలను ద్వంశం చేయసాగారు .

కొంత సమయం గడిచింది.

సగానికి పైగా సింహాలు వాటి ఉన్నికిని చరిత్రను మర్చిపోయాయి తరువాతి తరం,హైనాలతో కలిసి వందలయెల్లు బానిసలుగా బ్రతికాయి. ఆ తరువాత సైనికదలలో తిరుగుబాట్లుజరిగి స్వాతంత్ర్యం కోసం పోరాటాలు జరిగాయి

ఒక వైపు సైనిక దాలలలో తిరుగుబాట్లు జరుగుతుంటే మరో వైపు బానిస బ్రతుకుకి అలవాటు పడి స్వాతంత్ర్యం కోసం ముసుగులో శాంతియుతమైన పోరాటాలు చేస్తునం అన్ని ప్రజలను నమిస్తూ మోసం చేస్తూ సింహలోని ధైర్యని సహాస్యని రక్తం చిందించి

పోరాడే గుణాలను అందర్లో చంపి వల పూర్వీకుల గౌరవానికి లాంఛనాలు తెచ్చిపెట్టారు.

హింసను ఆచరించిన వారు మాత్రం రక్తం చిందించి వీరోచితంగా పోరాడి ప్రాణాలు సైతం మాతృ భూమి కోసం త్యాగం చేశారు.

స్వాతంత్ర్యం అంటే హక్కు దాని లకోవలే గాని అడుకోకూడదు ఆడుకుంటే నీ ధగరావునే విలువైనవి అన్ని లాగేసుకొని నువు అడిగినదానికి బిచ్చం వేసిపోతారు.

చివరికి ఒక రోజు సింహప్రదేశానికి స్వాతంత్ర్యం రనే వచ్చింది కానీ స్వాతంత్ర్యం కోసం పోరాడిన వాళ్ళకి తగిన విలువ దక్కలేదు స్వాతంత్ర్యం వచ్చేరోజుకి 70%సింహాలకు వాటి అస్తిత్వం కాలిపోయాయి వాటి పురాతన విద్యను కొలిపోయాయి సంప్రదాయాలను మార్చిపోయాయి పూర్వీకుల గొప్పతనాన్ని మర్చిపోయాయి వల మట్టి ఒక్క గొప్పతనాన్ని మర్చిపోయాయి బాల్యములో ఎలా అయితే ప్రభు హనుమాన్ ఎలా అయితే తన శక్తులను మర్చిపోయాడు అలానే సింహాలు వాటి శక్తులను మర్చిపొయాయి కానీ సరి అయిన సమయం వచ్చినపుడు ఆ శక్తులు బయటకి వస్తాయి . సింహాలు వాటి మట్టి ఒక శక్తి ని మర్చిపోవచ్చు గాని కానీ మట్టి దాని చరిత్రను ఎప్పటికీ మరవదు

సింహప్రదేశానికి స్వాతంత్ర్యం వచ్చింది కానీ ఎంతో గొప్పదైన అస్తిత్వం ని కోల్పోయింది.

రక్తం కలుషితం అయిపోయింది.

సింహాలు హైనాలు తోడేలు స్వాతంత్ర్యం తరువాత కలిసే జీవిస్తున్నాయి.

మహాభారతం లో వీరఅభిమన్యుని మరణానికి కారణం అయిన జయద్రదుని అభిమన్యు తండ్రి అయిన అర్జునుడు రేపు సర్యస్తం లోపు చంపుతాను, చంప్పని యెడల నేను చచ్చిపోతాను అన్ని శపథం చేస్తాడు

ఎలాగైనా అర్జునుడు మరణించాలన్ని కౌరవులు జయద్రదుని దాచి సూర్యాస్త సమయం వరకు బయటకి రవదు అన్ని దాచిపెడతారు అప్పుడు శ్రీ కృష్ణుడు తన సుదర్శన చక్రాన్ని సూర్యుడికి అడ్డుపెట్టి సూర్యఆస్తం అయిపోయింది అన్ని బ్రమపడెల చేస్తాడు సూర్య ఆస్తం అయిపోయింది అన్ని జయద్రదుడు అర్జునుడికి ఎదురుగా వచ్చి నిలబడతాడు అప్పుడు శ్రీ కృష్ణుడు తన సుదర్శనని అడ్డు తీస్తాడు అర్జునుడు తన బాణం తో జయద్రదూడి తల తపసు చేస్తున జయద్రదుని తండ్రి వాడిలో పడేటట్టు కొడతాడు.

ఇక్కడ విషయం శ్రీకృష్ణుడు గురించో కౌరవుల గురించో కాదు, మయా గురించి.

మయా ఎంత శక్తి వంశమైనది అంటే స్వాతంత్ర్యం సాధించాం అన్ని భావించేలా చేస్తుంది. సంఖ్యలు వేసిన వాలు వెల్లిపోయినంత మాత్రాన సంఖ్యలు పోయినట్టు కాదు వల పద్ధతులు పోయినట్టు కాదు

హైనాలు తోడేలు తరువాతి తరం సింహాప్రదేశంలోనే స్థిరపడిపోయారు ఒకపట్టి శత్రువులు ఇపుడు మిత్రులు అయారు. కానీ వల లక్ష్యం ఏనాటికైనా సింహాప్రదేశాని కైవసం చేసుకోవాలి అనేదే. సింహాప్రదేశాని కైవసం చేసుకోవాలి అన్న కాంక్ష వల రక్తం లో ప్రవహిస్తూ వుంది సింహాప్రదేశపు ఆస్తిత్వాని మట్టిలో కలిపేయలి అన్న వల కల, కలగానే మిగిలిపోతుంది ఏనాటికైనా సరే సింహాప్రసేశాం యొక్క ఆస్తిత్వాని మట్టి లో కలపటం ఎవరి తరం కాదు

అలా మట్టిలో కలపగలం అన్ని ఎవరు అయిన పొరపాటు పడితే అది వల ముర్కట్వం.

ఈ కథ మీకు చెప్పడానికి ముఖ్యకారణం....

ఆస్తిత్వాని కాపాడుకోవడం ఎంతో ముఖ్యం దానికోసమే యుద్ధాలు జరిగాయి దానికోసమే యుద్ధాలు జరుగుతాయి కోట్ల ప్రాణాలు కన్నా ఆస్తిత్వమే ఎంతో అమూల్యమైనది పూర్వం లో సింహాలు ప్రపంచాన్నే సాసించేవి అంటే దానికి వాటి చరిత్ర వాటి నమకం వాటి ఆస్తిత్వమే కారణం ఆస్తిత్వాని మారిచిపోయాయి కబాటే తరువాతి తరం సింహాలు బానిసలుగా బ్రతకాల్సివచ్చింది ఆదే ఆస్తిత్వాని కొందరు శక్తిగా మార్చుకున్నారు కబటే స్వాతంత్ర్య సమరయోధులు అయ్యారు. ఆస్తిత్వాని వునిక్కిని చరిత్రను మర్చిపోయిన ఏ జీవిలోనైనా సరే శక్తి క్రమక్రమంగా తగ్గిపోతుంది. మనుషులు పుడుతుంటారు పోతుంటారు మన సంస్కృతి సంప్రదాయాలకు ఏ హాని రాకుండా చూసుకోవాలి మన ఆస్తిత్వాని మన చరిత్రని మన వునికిని ప్రపంచం వునంత వరకు మనమే కాపాడుకోవాలి మన భారతదేశపు ఆస్తిత్వాని సంస్కృతి సంప్రదాయాలను కాపాడుకునేందుకు మన ప్రాణాలను త్యాగం చేయల్సివస్తే

అంతకంటే గొప్ప అదృష్టం ఇంక్కొకటి వుండదు మన మట్టి మనల్ని ఎప్పటికీ గుర్తుపెట్టుకుంటుంది చరిత్రలో మన పేర్లను సువర్ణ అక్షరాలతో లికిస్తారు ఇంతకంటే అదృష్టం ఏం వుంటుంది చచ్చిన తరువాత కూడా మన బ్రతికివుండడం అంటే ఇదే.

సనాతన ధర్మం భూమి పుట్టినపట్టి నుంచి వుంది భూమి అంతం అయిపోయెంతవరకు వుంటుంది ఆది నుంచి వున్నది అంతం వరకు వుంటుంది సనాతన ధర్మం ఎంత గొప్పది అంటే ప్రపంచాని తవితే సనాతన ధర్మం యొక్క ఆనవాలు దొరుకుతాయి మన సనాతన ధర్మం ఎంత గొప్పది అంటే సైన్స్ కి కూడా అంతుచిక్కని ఎన్నో అద్భుతాలను తన్నలో దాచుకుంది.

అట్టి సనాతన ధర్మానికి పుట్టినిల్లు నా భారతదేశం నా దేశాని నా ధర్మనీ అంతం చేయాలి అన్ని ఎందరో విదేశీయులు వచ్చారు పరాసియులు వచ్చారు గ్రీకులు వచ్చారు ఇస్లాంలు వచ్చారు బ్రిటీషులు వచ్చారు కానీ ఎవరు నా ధర్మనీ అంతం చేయలేకపోయారు. మేరా భారత్ మహాన్. శత్రువు బయటినుంచి వచ్చినా లోపాలే పుట్టుకొచ్చిన నా మట్టి నుంచి నా సంస్కృతిని దూరం చేయడం ఎవడి తరం కాదు మేర భారత్ మహాన్.

ఈరోజుకి ఇది చాలు పోయి పన్నుకొండి

అందరూ సూర్య పైపు చూస్తునారు సూర్య చెప్పిన మాటలు వలలో ఒక కొత్త స్పూర్తిని నింపాయి సూర్య అక్కడ్నుంచి లేచి జలపాతం పైపు వెళ్ళసాగాడు

బంగారం, బంగారం ఆగు

వాడిని వెళ్లనివు ప్రియ

అది కాదు అర్జున్

వాడి మనసు ఇపుడు గందరగోళం లో వుంది ప్రియ, ఇప్పుడు వాడు ఎవరి మాట వినడు వాడిని కాసేపు ఏకాంతం లో వదిలే

అవును ప్రియ సూర్యకి మనసు డిస్టర్బ్ అయివుంది వాడిలో దేశభక్తి భావం చాలా అదికంగా వుంది దేశం మీందా అమినతమైన ప్రేమ, మునుపటిలా కీర్తిప్రతిష్టలు మన జనరేషన్ దేశానికి అందించలేకపోతుందని బాధ

నువు వెళ్లి వాడిని వొదర్చు రెప్పటికి సిద్ధంచై

సూర్య జలపాతం వధకు చేరుకున్నాడు

జలపాతం నుంచి పరుతున నదిలో కాలుపెట్టి నెల మీందా పన్నుకొని ఆకాశం లోని తరాల వంక చూస్తున్నాడు.

పూర్వీకులరా నాకు తెలుసు మీరు పై నుంచి మమల్ని మన పవిత్ర భారతదేశాని చూస్తున్నారు అన్ని నాకు తెలుసు దేశం అంటే మీకు ఎంతో గౌరవం, దేశం అంటే ప్రాణం అన్ని నాకు తెలుసు కానీ మా తరని చూసి మీరు కచ్చితంగా గర్విస్తువుండరు మీకలంలో మన భారతదేశాని బంగారు పక్షి ల పిల్చేవరు కానీ మేము మీ అంతా ప్రభవితంగా మన దేశానికి కీర్తి ప్రతిష్టలను తీసుకురలేకపోయం మీరు సృష్టించిన చరిత్ర చెప్పుకుంటూ బ్రతుకుతూనం మీరు కట్టించిన అద్భుతాల వలనే ఈరోజు భారతదేశము నందు కీర్తి ప్రతిష్టలు నిలబడి గర్విస్తునాయి మీకు నా కృతజ్ఞతలు అలనే క్షమాపణలు మన అందరికి తల్లి అయిన భరతమతను మీరు చుసుకునంత బాగా మేము చుసుకోలేకపోతునం మీ కాలం లో ధకినంత కీర్తి ప్రతిష్టలు మేము మా కాలం లో అందించలేకపోతునం ఈ మాట చెప్పడానికి కూడా నేను ఎంతో సిగ్గు పడుతున్నాను కానీ ఇంకా పైన అలా వుండదు భారతదేశాని మళ్ళీ బంగారు పక్షిగా మార్చడానికి మేము అంధరం ఎం అయిన చేస్తాం భరతమాత గర్వించేలా చేస్తాం, శక్తిని అందించండి మన సంస్కృతిని తప్పక కపడుకుంటం భావితరాల వారికి ఎటువంటి లోటు లేకుండా సంస్కృతి సంప్రదాయాలను మన చరిత్రను అందచేస్తాం .

తప్పక శక్తిని అందిస్తారు బంగారం

ప్రియ

సూర్య పైకి లేచి ప్రియను గట్టిగా కౌగిలించుకుంటాడు

బంగారం మన చరిత్ర గుర్తుకు వచ్చినా ప్రతిసారీ ఎలా ఉండాల్సిన మనం ఎలా వునం మన రాజుల కాలం లో మనకి వునంత శక్తి సామర్ధ్యాలు మనలో ఇపుడు ఎందుకు లేవు ఇలాంటి ఎన్నో ప్రశ్నలు నా మెదడును తొలిచేస్తునాయి బంగారం

బాధ పడకుర ఆ శక్తి సామర్ధ్యాలు ఎక్కడికి పోలేదు మన సంప్రదాయాలోనే మన మట్టిలోనే దాగివున్నాయి యుగాంతం వరకు వుంటాయి మన భారతదేశపు సంస్కృతి సంప్రదాయాలు శక్తిసామర్ధ్యాలు మనల్ని వదిలి ఎక్కడికీ పోతాయిరా, అమ్మ ఎపుడు తన పిల్లలు శక్తి హీనులు కానివదు, అన్ని మన మట్టిలోనే దాగివున్నాయి మనమే గ్రహించడం లేదు బంగారం.

బాధపడకు బోజుంటావ

హ

ప్రియ సూర్య తలను తన వొడిలో పెట్టుకుంటుంది

బంగారం మన భారతదేశపు కీర్తిప్రతిష్టలు శక్తిసామర్ధ్యాలు విద్య నైపుణ్యాలు సంస్కృతి సాంప్రదాయాలు ప్రజలు మరిచిపోయి వుండొచ్చు ఈతరం వాళ్ళకి వాటి గురించి పెద్దగా అవగాహన

వుండకపోవచ్చు కానీ మన మట్టి ఎప్పటికీ మర్చిపోదు మన దేశపు మట్టి చాలా గొప్పదిరా సూర్య మనదేశపు ఉనికిని ఆస్తిత్వాని భూమాత తన గుండెలో దాచుకొని వుంటుంది రా బంగారం,

సరైన సమయం వచ్చినపుడు బయటపడుతుంది తవకలో గుళ్ళు తలపత్రాలు బయట పడినట్టు

మనుషులు ఇతర జీవులు పుడుతుంటాయి పోతుంటాయి కానీ మన సంస్కృతి సాంప్రదాయాలు మన అస్తిత్వం ఎప్పటికీ జీవించే వుంటాయి భూమి వునంతా వరకు వుంటుంది అసలు దాని అంతం చేయడం సద్యమే కాదు, భారతదేశ సంస్కృతి సంప్రదాయాలకు ఆపద వచ్చినా ప్రతిసారీ రక్షించడానికి ఎవడో ఒకడు పుడుతూనే వుంటాడు భరతమాత అన్ని చుసుకుంటది రా రక్షించడం మనుషుల వల కానీ రోజు దేవుడే దిగివచ్చి మన సంస్కృతి ని ధర్మనీ రక్షిస్తాడు అంతా గొప్పది రా మన ధర్మం నువు ఏం దిగులు చెందకుండా బోజో రేపు వెలి మంచు పుష్పాణి తీసుకురావాలి కదా, బోజో నాన్న బోజో బోజో

బంగారం నిజం గానే నీలాంటి ఒక అమ్మాయి నాకు తోడు గా దొరకటం నా అదృష్టం , అదేందో నీ వడిలో పడుకుంటే చాలా హాయిగా వుంటుందే బంగారం లవ్ యు ,

ఇంక చాలు నిద్రపో .

నువు రేపు ఏటి పరిస్తుతులలో మంచు పుష్పాణి సాదించుకొని రావాలి అందరికీ ఉచితంగా వునత వైద్యం అందలి మట్టివు బంగారం పుష్పాణి తీసుకొస్తానని .

మాటిస్తునా ప్రియ పుష్పాణి తీసుకువస్తా.

సూర్య నువు లేకపోతే నేను బ్రతకలేను

నువు బయటకి రాగానే నీకు వంద ముద్దులు ఇస్తా, అదేదో ఇప్పుడే ఇవచ్చు కదా ఒక వేల రలేకపోతే నీ జ్ఞాపకాలతో బ్రతికేస్తా కదా.

ఇవను నువు బయటకి వచ్చి మళ్ళీ వంద ముద్దులు అడిగితే

కాబట్టి ఇప్పటికి ఒకటి ఇస్తా మిగతా 99 బయటకి వచ్చి తీసుకో ఇంకా నిద్రపో

సూర్య నేమదిగా నిద్రలోకి జరుకునాడు.

తాతగారు కలవాలి అనుకున్నారు అంట

రా సూర్య కూర్చో, నన్ను ఒక్కడినే పిలవడానికి కారణం.

కారణం వుంది

నా ,మనవరాలు మిమల్ని గుహ ధగరకి మాత్రమే చేర్చగలదు కానీ మంచు పుష్పాణి నువే తీసుకు రావాలి అక్కడ ఎదురయ్యే ప్రమాదాల గురించి నువు తెలుసుకోవాలి.ఈ గ్యనని చాలా రహస్యంగా వుంచాలి అందుకనే నిన్ను మాత్రమే రమ్మన్నాను.

సరే తాత గారు

గుహలోకి ఒకరు మాత్రమే ప్రవేశించాలి బాగా గుర్తు పెట్టుకో ఒకరు మాత్రమే ప్రవేశించాలి రెండో వ్యక్తి ప్రవేశిస్తే ప్రాణాలతో తిరిగిరవడం అసంభవం తో సమానం 99%కచ్చితంగా ప్రాణాలు కోల్పోతారు ఎందుకో నీకు తరువాత అర్ధం అవుతుంది

1500 సంవచ్చరాల క్రితం ఒక రాజ్యం లో ఒక భయంకరమైన అంటూ వ్యాధి సోకింది రాజ్యం అలకాలోలనికి గురైంది

రాజ్యం లోని ప్రజలు అందరూ అనారోగ్యానికి గురయ్యి మరణించసాగారు, ప్రజల ఆ పరిస్తితిలో చూడలేని రాజు ఎన్నో యజ్ఞాయగాలను జరిపించాడు దేశ విదేశాలనుంచి ఎందరో

వైద్యులను సంప్రదించాడు కానీ ఎటువంటి ఉపయోగం లేకపోయింది ఆ సమయం లో ఒక ఋషి ద్వారా మంచుపుష్పం గురించి రాజు తెలుసుకునాడు తన ప్రజలకోసం ప్రాణాలను సైతం లెక్కచేయకుండా ఎన్నో ప్రమాదాలను ఎదుర్కొని పుష్పాణి సాదించుకొని వచ్చాడు . ఆ తరువాత ఆది కాలగమనంలో కలిసిపోయింది భవిషతులో ఎపుడు మళ్ళీ ఇలాంటి పరిస్థితి రాకూడదు అన్ని తాలపత్రలో ఆ పుష్పాణి సాధించే రహస్యాని లికించారు ఆ పుష్పాణి ఎలా వాడాలి అన్ని కూడా తాలపత్రాలలో లికింప చేయించారు. ఇపుడు నువు ఆ మహోన్నతమైన పుష్పాణి సాదించుకొని రావాలి,

దురదృష్టం శేతు ఆ గుహ గురించి వర్ణించే తాలపత్రలు ఇపుడు మనకాడ లేవు కాలగమనం లో కలిసిపోయాయి పుష్పాణి ఎలా వినియోగించాలి అన్న తాళపత్రలు మాత్రమే వున్నాయి

కానీ, ఆ తాలపత్రాలలోని గ్యనని మనపూర్వీకులు తరువాతి తరానికి అందచేస్తూనే వచ్చారు.

ఈ విషయాని నాకు మా గురువు గారు చెప్పారు. ఇపుడు నీకు చెప్తున ఈ గ్యనని సరి అయిన సమయం లో సారి అయిన వెక్తులకి మాత్రమే అందచేయాలి 500 ఎలకి ఒకసారి వచ్చే సూర్యగ్రహణం నాడే ఆ గుహ తెరుచుకోబడుతుంది. పుష్పాణి తీసుకురావడంలో రాజు గారి తరువాత ఎవరు సఫలం కాలేదు, ఇపుడు మీ తరం వాలు

ప్రయత్నించాల్సిన సమయం వచ్చేసింది అను మిమల్ని ఆ గుహ దగ్గరకు తీసుకెళ్తుంది.

గుహలోపలికి వెలగానే 108 సార్లు ఓం అన్న మంత్రాని ఉచ్చరించలి ఉచరించడం పూర్తి అవగానే ద్వారాలు మూసుకుంటాయి ద్వారం మూసుకొన తరువాత పుష్పం వుంటే గాని బయటకి రాలేవు గుర్తుపెట్టుకో సూర్య ఒకరు మాత్రమే ప్రవేశించాలి కాదు అన్ని ఇంకా ఎవరు అయిన ప్రవేశిస్తే చావుని ఎదిరించి బ్రతకటం అసంభవం తో సమానం

ఎపుడు అయితే నువు మంత్రాని పూర్తి చేస్తావో అపుడు ద్వారాలు మూసుకుంటాయి నీ చుటూ దీపాలు వాటి అంతటా అవే వెలుగుతాయి ఆ దృశ్యం ఎంతో అద్భుతంగా వుంటుంది, కానీ ఏకాగ్రత కొలిపోమకు వేరే ఆలోచనలను మనసులోకి రానివకు ఏంతో ఏకాగ్రతగా వుండాలి. కత్తి కోన పైన యుద్ధం చేస్తున్నట్లు వుంటుంది ఏమాత్రం అజాగ్రతగా వున తల తెగ్గిపడిపోది, అందుకనే మంత్రం మొదలు పెట్టక ముందే ఒకసారి ఆలోచించుకో మొదలు పెట్టిన తరువాత ఆపకూడదు ఆపితే అక్కడికక్కడే రక్తం కక్కుకొని మరనిస్తావ్, అందుకనే ముందుగా ఆలోచించుకో, నువు అలోచించేటపుడు ఒక విషయం ఎపుడు గుర్తుపెట్టుకో నువు పుష్పాణి సాదించుకొని తీసుకువస్తే నా మనవరాలు అయిన

అనుసూయ కి దాని ఎలా ఉపయోగించాలో నేర్పించాను మీరు అందరూ కలిసి దేశాని మార్చవచ్చు అందరికి ఉచితంగా వుణత వైద్యం అందేలా చేయవచ్చు అపదల నుంచి దేశాని రక్షించవచ్చు ముక్యం గా నువు అనుకుంటున్నట్టు చెరిత్రలో నీ పేరు ని సువర్ణ అక్షరాలతో లికింపబడుతాయి.

ఎటువంటి సందేహం ఆకర్లేదు తాత గారు వెనకడుగు వేసే ప్రసక్తే లేదు దేశం కోసం ప్రాణాలు అయిన ఇస్తాను ఎలాంటి ఒక అవకాశం నాకు లభించడం ఒక అదృష్టం గా భావిస్తున్నాను తరువాత ఏం చేయాలో చెప్పండి.

ఎపుడు అయితే నువు మంత్ర ఉచరణ పూర్తి చేస్తావో గుహ కాంతి వంతం అవుతుంది నీ ముందు ఒక వోరాలంటిది కనిపిస్తుంది నువు దాంట్లోకి ప్రవేశించిన వెంటనే, నువు ఇంతక ముందు మంత్ర ఉచారణ చేసిన ప్రదేశం కులీ ముసల్లు వున నిలలో పడిపోతుంది ఆ వోరద్వార నువు లోపలికి ప్రవేశించగానే నీ కదలికల మీందా నీకు పూర్తి అవగాహన వుండాలి నీ ప్రతి అడుగు జాగ్రతక వేయాలి ఎందుకంటే తరువాత నువు ఎదురుకోవాల్సిన ప్రమాదం దాన్ని మిందే ఆధారపడి వుంటుంది ,ఆ వోరద్వార నువు ప్రవేశించినప్పుడు, నీ శరీరాకృతిని, నువు ఆ మంచులో నాడుస్తునాపుడు నీ ప్రతి కదలికలను ఆది గమణిస్తుంది కాబట్టే నీ

ప్రతి కదలికలోనూ నువు ఎంతో జాగ్రతగా వుండాలి మొదటి అడుగుకి రెండో అడుగుకి ఒకటే దూరం వుండాలి.

ఆ మంచులో కొంచం దూరం వెళ్ళగానే నువు నడిచే మార్గం చివరకు వస్తుంది తరువాత నువు నడవడానికి మార్గం వుండదు గాలిలో మూడు రాలు తేలుతూ వుంటాయి, మూడు మాత్రమే, అంటే ఒక వ్యక్తి మాత్రమే వెళ్ళగలరు నువు రాయిమిందా అడుగుపేటల్సిన అవసరం లేదు రాయే నీ అడుగు కిందకి వస్తుంది

అది ఎలా సాధ్యం

మంచులో నువు నదిచినప్పుడు నీ ప్రతికదలికను ఆది గ్రహించి వుంటుంది అన్ని చెప్పాను కథ ఇప్పటి సైన్స్ కి తెలియని ఎన్నో విషయాలు మన సనాతన ధర్మం లో ఎన్నో వేల యేళ్ళ క్రితమే కనుక్కోబడయి అపుట్లోనే ఆచరణలో వుండేవి

ఇక్కడ మన వూహకి అందనవి ఎనో జరుగుతాయి

మొదటి అడుగుకి రెండో అడుగుకి ఎంత దూరం అయితే వుంటుందో మిగతా అడుగులకి కూడ అంటే దూరం వుండాలి నువు ఎపుడు అయితే మూడో అడుగు వేస్తావో నీ చుట్టూ సుదర్శన చక్ర ఆకారం లో వున్న అస్త్రాలు దుసుకొస్తాయి

ఆశ్చర్యం తో అడుగు ఆగిందా నీ శరీరం ముక్కలుముక్కలు అయిపోతుంది అడుగు ఆగకూడదు, సమయం సరిగ్గా వుండాలి అడుగుకి అడుగుకి దూరం ఒకేలా వుండాలి కాళ్ళు కళ్ళు తప శరీరంలో వేరే ఏ బాగం కదలకూడదు, వీటిలో ఏ ఒకటి తప్పిన ముక్కలు అవడం కాయం. అస్త్రాలు నీ చర్మని రాసుకుంటూ పోతాయి నీ ముందు నుంచి పోతాయి కాలు మద్యలో నుంచి పోతాయి తల పైనుంచి పోతాయి ఆ దృశ్యం ఎలా వుంటుంది అంటే నీ చుట్టూ అస్త్రాలతో ఒక వలయం లాగా ఏర్పడిపోతుంది నీకు ముందు ఏముందో కూడా నీకు కనపడదు గాలిలో విశ్వాసంతో అడుగులు వేయాలి కళ్లముందు నుంచి అస్త్రాలు పోతున బయపడకూడదు ఈ అస్త్రాలలో చిన్నవి వుంటటి పెద్దవి వుంటటి కానీ ప్రతి ఒకటి ప్రాణాలు తీస్తాయి సమయనుసరం అడుగు అగనంత వరకు అడుగుకి అడుగుకి దూరం మరణంత వారుకు, శరీరం లో ఏ బాగం కదలనంత వరకు నీకు ఏ ప్రమాదము వుండదు. ఎంతో ఏకాగ్రతగా వుండాలి అలా నువు ముందు ఎంత దూరం అయితే మంచులో నడిచి వుంటావో అంతే దూరం ఇలా గాలిలో నడవాలి చావు నీ పగనే వున్నటు వుంటుంది పుష్పం చేతికి వచ్చే అంతవరకు చావుతో స్నేహం చేయాలి.

నీ అంతరంగ పరిస్థితి ఎలా వుండాలి అంటే నీ మనసులో ఎలాంటి భావాలు వుండకూడదు ముఖ్యంగా బయం అసలే వుండకూడదు

శరీరాణి నడిపించేది నీ మెదడు నీ మెదడు లో ఒకటే పని చేయాలి సమయానుసారం అడుగులు వేయటం, వేరే ఏ ఆలోచన వుండకూడదు ఇంకా ఎంత దూరం వుంది అడుగు సరిగా వేస్తునామ లేదా అని కిందకి చూశావో మళ్ళీ పైకి చూడటానికి తల వుండదు,నువు అజాగ్రతగా వున్న ఒక క్షణం చాలు నీ ప్రాణాలు పొటానికి

ఇలాంటి చిన్న చిన్న విషయాలు నీకు వివరంగా చెపాల్సిన అవసరం లేదు కానీ చెప్తున నీ శరీరం నీ మనసు రెండు ఏకాగ్రతక గా వుండాలి.

అసంభవం అనిపిస్తుందా

కాదు ఆశ్చర్యం అనిపిస్తుంది

నాకు తెలుసు నీకు అసంభవం అనిపించదు అన్ని. నీ పంచా ఇంద్రియాలు నీ అదుపులో వుంటాయి నువు కలరి విద్యలో నైపుణ్యా వంతుడవు నేను నిన్ను ఎంచుకోవడం లో ఎటువంటి పొరపాటు

చేయలేదు అనిపిస్తుంది, కానీ నువు పుష్పాణి తీసుకు వచ్చి దాని నిజం చేయాలి.

ఇది ఎలా సాధ్యం అనేకద నీ సందేహం

నువు ముందు ఒక పొరలోనుంచి దాటుకొని మంచులోకి ప్రవేశిస్తావు అప్పుడు ఆది నీ శరీర ఆకృతిని గ్రహిస్తుంది మంచులో నీ కదలికలను గ్రహిస్తుంది

దాని అధరంగానే నీ చుట్టూ అస్త్రాలు నిన్ను కమేస్టయి మంత్రాలు తంత్రలతో పాటు ఈ గట్టం లో నువు సరిగా గమనిస్తే ఒక శాస్త్రం వుంటుంది మీ తరం వాలకి అర్దం అయ్యే బాష లో చెప్పాలి అంటే జియోమెట్రీ అంటారు, పురతనపు జియోమెట్రీ మన సనాతన ధర్మంలో ఇలాంటి విషయాలు ఏపాటి నుంచో ఆచరణ లో వున్నాయి

ఇపుడు నీకు ఈపని అసంభవం అన్నిఎందుకు అనిపించలేదో చేపు.

కళ్ళు తెరిచి చూస్తే కత్తి చివర యుద్ధం చేస్తునట్టు అనిపిస్తుంది కానీ కళ్ళు మూసుకొని ఆలోచిస్తే మనం చేయాల్సింది మూడు సదరణమైన పనులు సమాయను సారం అడుగు ఆపకుండా నడవాలి అడుగుకి అడుగుకి మద్య దూరం ఒకేలా వుండాలి కాళ్ళు తప సేరీరం లో వేరే బాగం కదలకూడదు .

ఈది ఏం అంతా కష్టమ్ కాదు.

వుదాహరణనకు చెప్పాలి అంటే

మన జవాన్లు పారేడులు చేస్తునాపుడు కూడా ఈ మూడు లక్షణాలను పాటిస్తారు

అందరూ ఒకేలా నాడుస్తారు అడుగుకి అడుగుకి మద్య దూరం ఒకేలా వుంటుంది సమయానుసరం నాడుస్తారు. కాళ్ళు కళ్ళు తప్ప వేరే ఏ బగాని వూపయోగించకుండా వుండటం ఏం అంత కష్టమ్ కాదు ఇంకా పోతే చుట్టూ అస్త్రాలు అంటూరా మన కదలికలు సరిగా వున్నంతవరకూ మనల్ని అవి ఏం చెయ్యావు. ఈది ఎలా వుంటుంది అంటే ఒక జవాను, తన చుట్టూ వున్న మిగతా వాలు గన్నులు తీపుతుంటే మద్యలో నడుచుకుంటూ పోతాడే ఇంచుమించు అలానే వుంటుంది. కాకపోతే ఇకడ్డ తప్పు జరిగితే ప్రాణాలు పోతాయి దానికి ఎంతో గుండె ధైర్యం కావాలి

నేను ఇది చేయగలను అసంభవం ఏం కాదు కొంచం నైపుణ్యం వుంటే చాలు

ఈ గట్టం చివరకు చేరుకున్నప్పుడు నీ ముందు రాలతో నిర్మించబడిన ఒక వంతెన కనిపిస్తుంది కానీ దానికి సపోర్ట్ గా కింద స్తంబాలు ఏమి వుండవు దనిమింద అడ్డుగు పెట్టగానే చిరుతపులి

లాగా పరిగేతాలి లేకపోతే వంతేనతోపాటు నువు కూడా కూలిపోతావు మద్య మద్యలో కొని ఆటంకాలు కూడా వుంటాయి ఎక్కడ అయితే సేతు ఎరగా మారుతుందో అక్కడనుంచి వంతెన కూలిపోవటం ఆగిపోతుంది. .

అలా అని విశ్రాంతి తీసుకోకూడదు, ఏ మాత్రం అజాగ్రతగా వున్న నీ శరీరంలోకి బాణాలు దిగ్గిపోతయి నువు ముందు గట్టం లో పరిగిస్తునప్పుడు నీకు ఒక పెద్ద పొడవాటి డాలు కనిపిస్తుంది దాని నువు సాధించుకోవాలి అపుడే ఈగట్టం లో ముందుకు పోగలవు.

ఈ వారది ఎలా వుంటుంది అంటే ఒక వారధిని నిలువుగా రొండు బాగాలు కింద విభజిస్తే ఒక బాగం లో మాత్రమే వారది వుంటుంది ఆది కూడా మనిషి నడవగలిగినంత మాత్రమే. ఎడమ వైపు వారది వుంటే కొంచం దూరం పోయిన తరువాత కుడివైపు కు మారుతుంది ఇక్కడ వున్న ప్రమాదము ఏంటి అంటే నువు అడుగుపెట్టగానే ఏ వైపు అయితే వారది వుంటుందో ఆ వైపు నుంచి బాణాలు దూసుకు వస్తుంటాయి

వారది పైనుంచి మాత్రమే బాణాలు వస్తాయి ఒక వైపు నిన్ను నువు డాలు తో రక్షించుకుంటూనే మరో వైపు ముందుకు సాగాలి ఇలా వారది పచ్చగా మరే అంత వరకు నిన్ను నువు రక్షించుకుంటూ ముందుకు సాగిపోవాలి ఎప్పుడు అయితే వారది పచ్చగా

మారుతుందో అప్పుడు నీకు విశ్రాంతి తీసుకునేందుకు సమయము దొరుకుతుంది ,నువు విశ్రాంతి తీసుకోవచ్చు గాయాలు ఎం అయిన అయుంటే మందులు రాసుకోవచ్చు ఇక్కడితో ఒక గట్టం పూర్తి అవుతుంది.

ఆ పచ్చగా వున్న వారది నిన్ను ఒక పద్మవ్యూహం లోకి తీసుకెళ్తుంది అక్కడికి చేరుకోగానే నువు నిలుచున్న నెల గుండ్రంగా తిరుగుతుంది ఆ ప్రదేశం ఎలా వుంటుంది అంటే నీ చుట్టు వున్న గోడలు అన్ని గడ్డి తో నిర్మించబడి వుంటాయి ఆ నెల కూడా గడ్డి తో నిర్మించబడి వుంటుంది ఎటు చూసిన ఒకేలా వుంటుంది ఇదే నువు ఎదురు కోవాల్సిన రెండవ ఘట్టం.

మొదటి ఘట్టం నీ శక్తి సమరద్యాలను నీ ఇంద్రియ నిగ్రహనను నీ చుట్టూ ప్రాణాలు తీసే ప్రమాదాలు వున్నపుడు నువు వాటిని ఎలా ఎదురుకుంటావో అన్ని పరిషిస్తుంది నీ చురుకుదనాన్ని పరిషిస్తుంది ఇంకా రొండోవ ఘట్టం నీ మేధా శక్తిని పరీక్షిస్తుంది.

ఇది ఒక పద్మవ్యూహం ల వుంటుంది నువు ఆ వంతెన ద్వారా లోపలికి చేరుకున్నప్పుడు ఆది నిన్ను ఒక దిశ లో తిప్పుతుంది నీ చుట్టూ చాలా మార్గాలు వుంటాయి అన్ని వొకేల వుంటాయి నువు ఏ మార్గం నుంచి వచవో కూడా నీకు తెలియదు అందులో ఒక మార్గం మాత్రమే సరైనది ఆది మాత్రమే నిన్ను ద్వారం వద్దకు చేరుస్తుంది

నువు ప్రతిసారీ ఒక మార్గాని ఎంచుకోవాలి నువు ఎంచుకొన మార్గం సరైనది అనుకో ద్వారం వధకు చేరుకుంటావు తప్పు అయినది అనుకో మళ్ళీ అక్కడికే వాస్తవు, నువు తప్పుడు మార్గాని ఎంచుకొని వచ్చినా ప్రతి సారి నెల గుండ్రంగా తిరుగుతుంది నువు పోయి వచ్చినా మార్గం లో కూడా మళ్ళీ మళ్ళీ పోవల్సివుంటుంది దీనికి ఉపాయం నువే కనుకోవల్సి వుంటుంది. సరైన మార్గం ఎంచుకొని ద్వారం వద్దకు చేరుకోవాలి ఆ ద్వారం నిన్ను ప్రశ్నిస్తుంది సరైన జవాబు చెప్పాలి, సారి అయిన జవాబు చెప్తే ద్వారం తెరుచుకుంటుంది తప్పుడు జవాబు చెప్తే నెలలోనుంచి కిందకి పడిపోతావు, నెల నిన్ను కిందకి లగేసినట్లు అనిపిస్తుంది, నువు ఎంచేయలేవు 5 నిమిషాలు ఊపిరి బిగబట్టలి అప్పుడు ఆ గడ్డి లో నుంచి బయటకి వాస్తవు కానీ నువు ద్వారం వధ వుండవు ద్వారం కింద వున్న మరో ఫ్లోర్ లో వుంటావు అక్కడ కూడా నీ చుట్టూ మార్గాలు వుంటాయి వాటికి ద్వారాలు వుంటాయి కానీ ఆ మార్గాలు ప్రమాదకరమైనవి ప్రతి మార్గం ప్రమాదకరమైనది నువు మళ్ళీ పైకి వెళ్ళాలి అంటే ఏదో ఒక మార్గాని ఎంచుకోవాలి ఆ మార్గంలో వున్న ప్రమాదని ఎదురుకొని పైకి చేరుకోవాలి ప్రతి మార్గం పైకి చేరుస్తుంది ద్వారం వద్దకు కాదు మళ్ళీ ఆదే స్తనానికి చేరుస్తుంది ఎక్కడ అయితే నువు ద్వారానికి చేరుకోడానికి మార్గాలు ఎంచుకునవో అక్కడికి

చేరుస్తుంది. మళ్ళీ నువు సరి అయిన మర్గని ఎంచుకొని ద్వారం వాడకు చేరుకోవాలి ఈసారి కూడా తప్పుడు జవాబు చెప్తే రొండు అంతస్తులు కిందకి పోతావు ఈసారి పైకి రావడం కస్టమ్ అవుతుంది ఎటు ఏ ద్వారం వెన్నకల ఏ ప్రమాదం వుంటుందో ఎవరు చెప్పలేరు పాములు వుండొచ్చు నిప్పులు వుండొచ్చు గడ్డకటించే చల్లి వుండొచ్చు విష్యవాయువులు వుండవచ్చు కానీ అన్నిటికీ ఒక పరిష్కారం వుంటుంది దాని కన్నుకోవలి, పైకి చేరుకోవాలి మళ్ళీ ద్వారం వద్దకు చేరుకోవాలి. సరి అయిన జవాబు చెప్పు.పద్మవ్యూహం లో రెండోవ ఘట్టానికి చేరుకోవాలి రొండు ఘట్టం 1 ఘట్టం ల కస్టమ్ గా వుండదు నేరుగా ద్వారం వాడకు చేరుస్తుంది కానీ తప్పుడు జవాబు చెప్తే మాత్రం కిందకి వెళ్లి ఎదుర్కోవాల్సిన ప్రమాదాపు మార్గాలు మాత్రం ప్రతిగట్టం లో వుంటాయి కాబట్టి సరైన జవాబులు చెప్పడానికి ప్రయత్నించు అలా మూడు ద్వారాలని దాటుకొని వెళ్ళాలి మూడో ద్వారం నిన్ను పుష్పం వద్దకు చేరుస్తుంది. రాజు గారు ఒక మార్గం లో సింహాని ఏదురుకోవల్సివచిందంట ఆయన రాజు గారు కాబట్టి సింహాని చంపేశాడు నువు ఎంచుకొన ద్వారం తెరుచుకోగానే ఆ మార్గం లో వున్న ప్రమాదాలను ఎదుర్కోడానికి కావాల్సిన వస్తువులు నీకు మార్గం మొదటిలో అందుతాయి అలా

అని అన్నిమర్గలో అందుతాయి అని కాదు కొనిటీలో అందుతాయి కొనిటీలో స్వయంగా పైకి చేరుకోవాలి.

మూడో ముక్య ద్వారని నువు దాటగలుగితే ఆది నిన్ను పుష్పం వద్దకు నేరుగా చేరుస్తుంది

అప్పుడే అన్ని ఘట్టాలను ప్రమాదలని దాటేశం అని అనుకోవద్దు ఆకరి ఘట్టం అత్యంత ప్రమాదకరమైన ఘట్టం ఇక్కడే మొదలు అవుతుంది ద్వారం తెరుచుకోగానే నీకు ఒక మంచు వంతెన కనిపిస్తుంది ఆది నిన్ను ఒక మంచు గుహ లోకి చేరుస్తుంది ఆగుహ ప్రకాశవంతగా వెలిగిపోతూ వుంటుంది ఆ గుహ లోకి నువు చేరుకోగానే నీకు మంచు వృక్షం నీ కళ్ళ ఎదుటే కనిపిస్తుంది కానీ నీకు వృక్షానికి మద్య 100 మంది మంచు సైనికులు వుంటారు వాలతో యుద్ధం చేసి అందరినీ సంహరించిన తరువాతే పుష్పాణి పొందగలవు ఆ గుహ లోకి ప్రవేశించేటప్పుడు నీకు రెండు ఖడ్గలు కనిపిస్తాయి అవి సాధారణమైన ఖడ్గములు కావు ఆ కత్తులతో లావా ప్రవహిస్తుంది ఆ కత్తులు మంచు సైనికులను సంహరించేందుకు సహకరిస్తాయి కానీ ఆ ఖడ్గం లో లావ ప్రవహించాలి అంటే నీ గుండెలో ధైర్యం నమ్మకం ఆత్మబలం వుండాలి అపుడే నువు ఆ మంచు సైనికులని సంహరించి వృక్షం వద్దకు చేరుకోగలవు. ఇదే ఆకరి ఘట్టం సూర్య, ఏపాటి వరకు యుద్ధం చేసేటప్పుడు నీలో ధైర్యం నమ్మకం

ఆత్మబలం వుంటాయో అప్పటివరకు నీ కత్తులలో లావ ప్రవహిస్తుంటుంది మంచు సైనికులని సంహారించడం సులభం అవుతుంది మొదటి ఘట్టం నీ చురుకుదనాన్ని నీ ధైర్యసహసలను నీలోవున్న స్తిరత్వాని పరీక్షిస్తుంది రెండోవ ఘట్టం నీలోని తెలివితేటలను నీ గ్యనని నీ ధర్మ అధర్మ విషక్షణను పరీక్షిస్తుంది ఇంకా మూడో ఘట్టం వీటి అన్నిటితో పాటు నీ శక్తి సామర్ధ్యాలను పరీక్షిస్తుంది ఈ యుద్ధం లో గెలిచి మంచు వృక్షం వాడకు చేరుకోవాలి ఆ వృక్షం వజ్రం వలె మెరుస్తుంటుంది మొత్తం వృక్షానికి ఒకటే పుష్పం వుంటుంది కానీ నీకు అది కనపడదు ఆ పుష్పం యొక్క హృదయం వద్ద వుంటుంది

పుష్పాణి సాధించాలి అంటే ఒకటే మార్గం ,ఆ వృక్షం నీతో మాట్లాడుతుంది పుష్పం కోసం నువు దాని ప్రార్థించాలి వోపించలి దానికంటు ఒక పద్ధతి వుంది ఆ వృక్షణి గౌరవించి దాని మోద్ధలు వద్ద నీ తలను వుంచి దాని ప్రార్థించాలి ఎందుకు నీకు ఆ పుష్పం కావాలో మర్యాదపూర్వకంగా అడగాలి నీ ప్రార్థనలో అర్ధం పరమార్ధం పవిత్రత వుంటే పుష్పామే నీ దగ్గరకు వస్తుంది ఆ పుష్పాణి వుపయోగించి ఎటువంటి గాయలనైన అయిన చిటికెలో నయం చేయవచ్చు కానీ దానికి కూడా ఒక పద్ధతి వుంటుంది ఒక మంత్రాని వుచరిస్తేనే ఆ పుష్పం పని చేస్తుంది అది అంతా అనుకి నేర్పించాను నువు

పుష్పాణి తీసుకురా తీసుకువచ్చి సమాజానికి అందించు దాని ఎలా అందరికి అందేలా ఎలా చేయాలో నేను అను చూసుకుంటాం అను కి అన్ని నేర్పించాను దేశాని మార్చాలి సూర్య ,వైద్యం వ్యాపారం కాదు వైద్యం ఒక పవిత్రమైన సేవ అన్ని నువు నీరువుపించాలి.

ఆశీర్వదించండి తాత గారు ,విజయోస్తు.

అర్జున్ లేవరా, అర్జున్ లెగు

హ్మ్మం

లేవరా సమయం మించిపోతుంది

అర్జున్ నిద్రలోనుంచి లేచి కళ్ళు నిమురుకుంటూ టెంట్ లో నుంచి బయటకి వచ్చాడు

అర్జున్, సూర్య ప్రియ లు టెంట్ వాల లో లేరు

జలపాతం దగ్గర వుంటారు పద పోయి చూద్దాం

అర్జున్ అను జలపాతం వద్దకు చేరుకున్నారు,ప్రియ నది వడున నిద్రపోతుంది సూర్య సూర్యనమస్కారాలు చేసుకుంటున్నాడు.

అను వెళ్ళి ప్రియ ని నిద్రలేపుతుంది , రాత్రి అంతా ఇక్కడే నిద్రపోయారా. అవునే రాత్రి అంతా ఇక్కడే నిద్రపోయాం అనుకుంటా, అది

సరే గాని సూర్యగ్రహనానికి ఇంకా ఎంత సమయం వుంది అను. ఎక్కువ సమాయం లేదు

ఇంకో పది నిమిషలో సూర్యగ్రహనం, సుర్య వచ్చి గుహ ఎక్కడ వుంది అని అను ని అడుగుతాడు, ఈ నదిని దాటుకోగానే కొంచం ధూరం లోనే వుంది. అను అందరిని గుహ దగ్గరకు తీసుకెళ్తుంది.

సూర్యడు గ్రహనంతో నలగా మరిపోయాడు ,గుహ తెరుచుకోబడింది సుర్య అందులోకి ప్రవేసించనునాడు. ప్రియ సుర్యని గట్టిగా కౌగిలించుకుంది, జాగ్రత బంగారం.

హ

మీరు ఇక్కడే జాగ్రతగా వుండండి, అడవిలోకి పులులువుండే ప్రదేశానికి వెళ్ళకండి , సూర్య అర్జున్ వైపు చూసి వీలు జాగ్రత అని సైగ చేస్తాడు

అర్జున్ తల వూపుతాడు

సూర్య గుహలోకి ప్రవేశిస్తాడు

ముందుకు వెళ్లే ముందు ఒక సారి వెన్నకి తిరిగి తన మిత్రులను చూసుకుంటాడు ,ముందుకి కోనసాగుతాడు, సుర్య పద్మసనంలో కూర్చొని ఓం మంత్రాని వుచరించడం మొదలుపెడతాడు.

వెంటనే అర్జున్ టెంట్ వున్న దిశలో పరిగిస్తాడు,ప్రియ అను అర్జున్ అర్జున్ అని అరుస్తుంటారు అర్జున్ టెంట్ దగరకు చేరుకొని సూర్య వల్ల టెంట్ లో నుంచి సూర్య బ్యాగ్ తీసుకొని మళ్ళీ గుహ ధగరకు పరుగులు

తీశాడు, ప్రియ అను అర్జున్ నీ అగమంటారు కాని అర్జున్ ఆగకుండా ప్రతిగిస్తునే వేనికి తిరిగి

సూర్య గాడు బాగ్ మర్చిపోయాడు ,సుర్య అత్యవసరమైన వస్తువులు ఇందులోనే వున్నాయి గుహ ముసుకు పోయేలోపల తిరిగివచేస్తాను మీరు జాగ్రత్త అని గుహలోకి ప్రవేషిస్తాడు.

మంత్ర ఉచరణా పూర్తి అయి గూహ ముసుకుపోతుంది. అర్జున్ లోపలే ఇరుకుపోయాడు సుర్య కళ్ళు తెరిచి చూస్తే అర్జున్,

తన ముందు బ్యాగ్ తో నిలుచుని వునడు బయట అను ఏడుస్తుంది అర్జున్ తిరిగి రాడేమో అనిపిస్తుంది ,

అను, అను నన్ను చూడు. సూర్య వునంత వరకు అర్జున్ కి ఎం కాదు స్నేహితుడు కోసం ప్రాణలు సైతం లెక్కచేయకుండా క్షణం కూడా ఆలోచించకుండా దుసుకువెళ్ళిపోయాడు వాళ్ళిద్దరికి ఒకరికి ఒకరు అంటే ప్రాణం .

నీకు గుర్తుందా మనం కాలేజిలో వున్నపుడు వీలు గోడవలకు ఎక్కువగా వెళ్ళేది ఎప్పడేన

ఒకరికి దెబ్బలు తగిలి ఇంకొకరికి దేబాలు తగలకుండా తిరిగివచ్చారు . నీకు తెలియదు అను, అర్జున్ మింద దెబ్బ పడలి అంటే అది సూర్య గాడిని దట్టుకోని వెళ్ళాలి,

అర్జున్ కి ఎం అవదు వాలు తిరిగి రావటం అంటు జరిగితే కలిసే తిరిగి వస్తారు నువెం దిగులు పడ్డకు

మంత్ర ఉచ్చరణ పూర్తి చేసిన సూర్య కళ్ళు తెరిచిచూడగనే అర్జున్ కళ్ళ ముందు కనిపిస్తాడు.

అర్జున్ చస్తావ్ అని తెలిసిన ఎందుకు వచ్చావ్ రా

చావు కంటే నువు ఆ పుష్పాణి తీసుకురావటం ముక్యం అనిపించింది.

ఈ వస్తువులు లేకుండా ఆ పుష్పం దగ్గరకు చేరుకొలేను అని మనం వీటిని కలిసి తయారు చేసేటప్పుడు చెప్పవు కద్దరా.

సూర్య బాగా ఆందోలన పడుతున్నాడు, ఎలాంటి పరిస్థితి వచ్చింది మిత్రమా

నువు ఏం దిగులు చెందకు సూర్య, మార్పు అనేది ఎపుడు వూరకనే రాదు బలి కోరుతుంది చెరిత్ర అనేది రక్తం తో రాయబడుతుంది నేను అందులో బాగం అయినందుకు గర్విస్తున్నాను .

నేను కేవలం సమిదిని మత్రమే. వేళ్ళు వెల్లి పుష్పని సాధించు. నేను నిను చూసి గ్రవిస్తాను. అను జాగ్రతా, అది నేను లేకుంటే బ్రతకధు

అపరా అర్జున్.. నిన్ను వదిలిపెట్టి నేను ఒంటరిగా వెళ్ళే ప్రసక్తే లేదు

సూర్య మనకు వేరే మగ్రం లేదు ఇక్కడ నుంచి ఒకరు మాత్రమే వెళ్ళగలరు

ప్రతిదానికి మార్గం వుంటుంది అర్జున్, నన్ను ఆలోచించని . సూర్య పద్మసనం వేసుకొని ద్యానం చేయసాగాడు.

కోంత సమయం తరువాత

అర్జున్ ఇక్కడ మనం మొత్తం ముడు ఘట్టాలను దాటుకొని వెళ్ళలి

సూర్య అర్జున్ కి తాత గారు చేపింది మొత్తం పూర్తిగా వివరిస్తాడు

ముడు ఘట్టాలలో మొదటిది మాత్రమే కష్టం మిగతావి అన్ని ఎలా గేనా దాటుకొని వెలోచ్చు

మొదటి ఘట్టం అంత మన సెన్సెస్ మింద అదరిపడివుంటుంది .

ఇప్పుడు మన ఇద్దరం బ్రతికి బయట పాడాలి అంటే ఒకటే మార్గం వుంది నువు నా భుజాల మింద కూర్చో . కథల కుండా వుండాలి. పూర్వం మన పూర్వీకులు ఆరు అడ్డుగులకంటే ఎత్తు వుండేవారు

అప్పుడు మన శరీరానికి కాళ్ళు రొండు ఒకటే అవుతుంది

నీ కళ్ళు మినహాయించి నీ శరీరం లో వేరే ఏ బాగము కదలకూడదు టైమింగ్ గు అడుగుకి అడుగుకి మద్య దూరం సరిగా వుండేలా నేను చూసుకుంటాను, నువు ఏమాత్రం కదిలిన ఇద్దరం పోతం.

వద్దు మిత్రమా చిన్న తెడా జరిగిన మన కష్టం అంత వృధా అయిపోతుంది . తాత గారు మన మింద పెట్టుకున నమకం గురించి ఆలోచించు, దేశం గురించి ఆలోచించు నా మాట విని నువు వేళ్ళు సూర్య..

అర్జున్ మర్గం వున్నపుడు స్నేహితుడిని చావుకి వద్దలి వెళ్ళటానికి నేను చేతకాని వాడిని కాను, నిను వదిలిపోయే ప్రసక్తే లేదు. నేను సమర్ధ్యుడినో నువు కూడ అంతే సమర్ధ్యుడివి.

మనం ఇది చేయగలం అర్జున్ ఎక్కు.

సూర్య మాటను గౌరవించి అర్జున్ సుర్య భుజం మీందా కుర్చునాడు. సుర్య అర్జున్ ని భూజం మింద కుర్చుపేట్టుకొని ముందుకు నడవ సాగాడు

అర్జున్ సూర్య లు ఇరువురు మొడటిగట్టం వద్దకు చేరుకున్నారు.

అర్జున్ ఏ మాత్రం కథలకు మనసుని మొదట స్థిరంగా వుంచుకో అడుగువేయగానే ఇ ప్రదేశం మొత్తం అస్త్రాలు కమెస్తయి.

మనకి ఏం కాదు

చావైన బ్రతుకైన నీతోనేర అర్జున్

ఛావైన బ్రతుకయిన కలిసే మిత్రమే

సూర్య వేసిన మూడో అడుగులో ఆ ప్రదేశం మొత్తం చక్రస్త్రాలు కమ్మేశయి వాలు ఇంతక ముందు నిలుచున ప్రదేశం మొత్తం కూలిపోయింది వాలు అస్త్రాల వలయం మద్యలోనుంచి నడుచుకుంటు పోతున్నారు

సూర్య కాళ్ళు తప్ప వల శరీరంలో వేరే భాగము కదలడం లేదు అలా సూర్య వేసే ప్రతి అడుగుకి రాయి కాల్లకిందకి వచ్చి సపోర్ట్ గా నిలుస్తున్నాయి

అర్జున్ గుండే చాలా గట్టిగా కోటుకుంటుంది

అస్త్రాలు వాళ్ళ చర్మలని రసుకుంటుపోతునాయి కొని అయితె తగులుతున్నాయి . చిన్న చిన్న గాయలు అవుతున్నాయి. నడక అగాలేదు

వాళ్ళ మనస్థితి ఎలా వుంది అంటే కత్తి అంచున యుద్ధం చేస్తునప్పుడు ఎలా వుంటుందో అలవుంది , వల పరిస్థితిని మీరు కూడ అనుభూతి చెందోచు .

కళ్ళు ముసుకుని నిన్ను వాళ్ళ పరిస్థితి నీ వూహించుకోండి

గుహ లో దిపపు వెలుగులు. నడవడానికి వంతెన వుండదు గాల్లో ధైర్యంగ అడుగువేస్తే క్షణం అలస్యం లేకుండా నీ ప్రతి అడుగుకి ఒక పెద్ద రాయి సపోర్టుగా వస్తుంది

అలా అడుగులు వేయాలి అంటే ఎంతో దేర్యం కావాల, రాయి వస్తుందని నమకం వండాలి

అలోచనలు అని అదుపులో వుండాలి

శరీరం లో కాళ్ళు మాత్రమే కధలలి వేరే ఏ బాగము కదల కూడదు,

పే నుంచి కింద వరకు సంధు వున్న ప్రతిచోట కత్తులు దుసుకువెలుతాయి అడుగు అగకుడదు టేమింగ్ తప్పకుడదు ఏ చిన్న తప్పు జరిగిన శరీరం ముక్కలు అయిపోతుంది ఒక సారి కళ్ళు ముసుకొని ఆలోచించండి.

అలా వాలు అమర్గం చివరకు చేరుకున్నారు , వంతెన మింద అడుగుపెట్టగానే సూర్య పరిగెత్తడం మొదలు పెట్టాడు అర్జున్ సుర్య భుజాల మింద నుంచి ముందుకు దుఖ్యడు.

వాలు ఇద్దరు రెండు అడుగుల తేడాతో చిరుత పులుల వలె పరిగిస్తున్నారు. వీలు పరిగేస్తుంటే వెనక వంతెన కూలిపోతుంది

ఎంత వేగంగా పరిగిస్తున్నారు అంటే అర్జున్ వంతెన కూలిపోవడానికి మూడు నాలుగు దూరంలో వున్నాడు

సూర్య రెండు అడుగుల దూరంలో వున్నాడు అంతా వేగం గా పరిగేస్తున్నరు

వారది మధ్య ఆటంకాలను కూడ వల్లిదారు ఎంతో చాకచక్యంగా దాటుతున్నరు, చివరికి చేరుకుంటున్నారు

అర్జున్ ఆదిగో షీల్డ్ దాని ఎలాగైనా అందుకో

అర్జున్ షీల్డ్ అందుకున్నాడు

మామ భనాలు నుంచి ఎలా తప్పుచుకోవలి.

వారది ఎరగా మారినప్పుడు ఎందో ఒక్క వైపు నంచె బాణాలు వస్తాయి వంతెన మీందా నుంచే బాణాలు వస్తాయి

ఒక వైపు షీల్డ్ తో నిన్ను నువు రక్షించుకో మరోవైపు ని చేత్తో నన్ను పట్టుకో అప్పుడు నేను వంతెన కింద వేలాడుతుంటాను అలా చిన్నగా ముందుకి వెళ్దాం ఒక వైపు నుంచి మరోవైపుకి మారాల్సిన సమయం వచ్చినపుడు నన్ను పైకి లాగు నేను షీల్డ్ పట్టుకొని నిన్ను చేతో పట్టుకుంటాను.

మామ ముందు వారది ఎరగా వుంది సమయం లేదు వెన్నక వారది కూలిపోతుంది. అర్జున్ ఎడమ చెతిలో షీల్డ్ ను పట్టుకుని వున్నాడు వారది మీందా అడుగుపెట్టాగానే ఎడమవైపు నుంచి వరుసగా బాణాలు దూసుకు వస్తున్నాయి

సుర్య అర్జున్ కి కూడి వైపు కులిపోతున వారది నుంచి ఎగిరిధుకుతాడు అర్జున్ తన కుడి చేతితో సూర్యని సరి అయిన సమయం లో పట్టుకుంటాడు.

అర్జున్ తన ఎడమ చేతిలో డాలు ను పట్టుకొని ఎడమవైపు నుంచి వచ్చే బాణాల నుంచి తనను తాను సంరక్షించుకుంటు కుడి చేతిలో వారది కింద వేలాడుతున్న సూర్య ను పట్టుకోని చిన్నంగా ముందుకు సాగుతున్నాడు .

అలా ఎడమ వైపు నుంచి వచ్చే బాణాలను ఎదురుకుంటు చివరకి చేరుకుంటారు వారథి ఎడమ వైపు నుంచి కుడి వైపుకి వుంటుంది. ఎప్పుడైతే ఆ వారది మీందా అడుగు మొపుతారో అప్పుడు కుడి వైపు నుండి బాణాలు రావడం మొదలు అవుతాయి.

ఇపుడు ఎడమ వైపు నుంచి కుడి వైపుకి మారాల్సిన సమయం వచ్చింది

అర్జున్ తన కుడి చేతిలో సూర్యని పైకి లాగుతాడు ఆదే సమయం లో డాలును సూర్యకి విసురుతాడు సూర్య తన కుడి చేతిలో డాలును పట్టుకుంటాడు ఎడమ చేతిలో వేలాడు తున అర్జుని పట్టుకుంటాడు ఇది అంతా ఒక్క క్షణం లో జరిగిపోతుంది

సూర్య తన కుడి చేతిలో డలుని, ఎడమచెతితో వేలాడుతున్న అర్జున్ ను పట్టుకుని చిన్నగా ముందుకు నడ్డిస్తాడు.ఒకరికొకరు సహాయం చేసుకుంటూ ఆ ఘట్టం చివరుకు చేరుకున్నారు . మొదట్టి ఘట్టం పూర్తి అయింది.

అర్జున్ సుర్యలు ఇద్దరు మొదటి గట్టని దాటుకొని రెండోవ గట్టం లోకి ప్రవేశించారు.

విశ్రమించి గాయాలకి మందులు రాసుకుంటూ...

సూర్య సాధించాం రా

హ సాధించాం మిత్రమా పుష్పాణి కూడా సాధిస్తాం

అడ్వెంచర్ బాగుంది కదా

ఆ చక్రాలు ఏంట్రా సూర్య అల వున్నాయి అమ్మో గుండెల్లో గిత్తలు పరిగేతేశయిరా బాబు నిజం గానే బ్రతుకుమింద నమకం పోయింది రా సూర్య

నేనుండగా నిన్ను చావనిస్తనా పద్ద ఇంకా ఇలాంటివి ఎన్నో చూడాలి

ఆ పచ్చగా వున్న మార్గం చూపిన దారిలో అర్జున్ సూర్యలు ముందుకు సాగుతారు

ఆ మార్గం వాలని ఒక పద్మవ్యూహం లోకి చేరుస్తుంది అక్కడికి వెలగానే వాలు నిలుచున్న నెల, చుట్టూ తిరుగుతుంది వాలు ఎటువంటి

ప్రదేశంలో నిల్చుని వున్నారు అంటే చుట్టూవున్న మార్గాలు అన్ని ఒకేలా వున్నాయి అన్ని గడ్డితో నిర్మించబడి ఉన్నాయి

సూర్య ఇపుడు ఏమార్గం ద్వారా పోవాలి

ఇక్కడ వున్న అన్ని మార్గాలు ఒకేలా వుంటాయి సరి అయిన మార్గాని ఎంచుకుంటే తరువాతి ఘట్టానికి చేరుస్తుంది తప్పుడు మార్గాని ఎంచుకొన ప్రతిసారీ మళ్ళీ ఇక్కడికే వాస్తము

తప్పుడు మార్గాని ఎంచుకొని మళ్ళీ ఇక్కడికి వచ్చినా ప్రతిసారీ మనం నిలుచున నెల గుండ్రంగా తిరుగుతుంది

ఈది అంత ముందుగానే చెప్పావ్ ఉపయం ఎంటో చెప్పు మామ

నువు తెచ్చినా బ్యాగులో మనం తయారుచేసిన హీటింగ్ రాడ్ వుంటుంది బయటకి తీ,

ప్లాన్ ఎంటి సుర్య .

మన చుట్టూ వున్న మార్గాలు అన్ని ఒకేలా వున్నాయి ఇందులో ఒక మార్గం మాత్రమే మనల్ని తరువాతి ఘట్టానికి చేరుస్తుంది ఇక్కడి గోడలు అన్ని గడ్డి తో నిర్మించబడి ఉన్నాయి మనం పోయేటప్పుడు ఆ మార్గం మొదటిలో ఒక నెంబర్ ను వేద్దాం, ఆ మార్గం తప్పు అయి తిరిగి వచ్చినపుడు మళ్ళీ ఆ తప్పుడు మార్గాని ఎంచుకోము ఇలా సరైన మార్గాని కనుక్కోవచ్చు నువు ఒకదిశలో వేలు నేను ఒకదిశలో వెళ్తాను నేను ఒకటి నెంబర్ వేసి రాడ్ నీకు విసురుత నువు రెండు నెంబర్ వెయ్యి అప్పుడు పని సులువు అవుతుంది

సుర్య ఒక మార్గాన్ని ఎంచుకున్నాడు అర్జున్ మరో మార్గాన్ని ఎంచుకున్నాడు సూర్య తాను ఎంచుకొన మార్గపు గోడ మీందా నెంబర్ ని ముద్రించి అర్జున్ కి రోడ్ ను విసురుతాడు అర్జున్ రొండు అను నెంబర్ ని ముద్రించి వెన్నకి తిరిగి సూర్య వంక చూస్తాడు సూర్య వెళ్దాం అన్ని సైగ చేస్తాడు.

వారు ముందుకు కొనసాగుతారు తిరిగి మళ్ళీ అదే ప్రదేశానికి వస్తారు

అలా వాళ్ళు కొన్ని ప్రయత్నాలు చేస్తారు 8వ ప్రయత్నం లో అర్జున్ ఎంచుకొన మార్గం అర్జున్ ని ద్వారం వద్దకు చేరుస్తుంది

తాను ఎంచుకొన మార్గం సుర్య ని మళ్ళీ అదే ప్రదేశానికి తీసుకువచ్చింది అదే సమయానికి అర్జున్ అక్కడికి రాలేదు అర్జున్ ద్వారని కనుగొన్నాడు అన్ని సుర్య గ్రహించాడు వెంటనే సూర్య అర్జున్ ఎంచుకొన మార్గాని అంకె ద్వారా గ్రహించి అందులలోకి ప్రవేషిస్తాడు

సూర్య ద్వారం వద్దకు చేరుకున్నాడు కాని అర్జున్ అక్కడ లేడు అర్జున్ దగ్గర వుండవలసిన రాడ్ అక్కడ కిందపడిపోయివుంది

అర్జున్ కి ఏం అయుంటుంది వాడు ద్వారాని దాటుకొని తరువాతి ద్వారానికి వేలాడ లేక తప్పుడు సమాధానం చెప్పి కిందకి వెళ్ళాడా కచ్చితంగా నేను రాకుండా తరువాతి ద్వారం వద్దకు వెళ్ళాడు నా కోసం వెచివుందేవడు అంటే కచ్చితంగా తప్పడు జవాబు చెప్పి కిందకి వెలివుంటడు

ఇప్పుడు ఏం చేయాలి , తప్పుడు జవాబు చెప్పి కిందకి వేళల సారి అయిన జవాబు చెప్పి ముంధుకి వేళల ఏది నా తక్షణ కర్తవ్యం.

ఎదురుచూడాలి ,అర్జున్ కోసం ఎదురు చూడాలి కచ్చితంగా అర్జున్ పైకి వస్తాడు అమ్మ జగన్మాత వాడికి సహాయం చేయి తల్లి

ఏ మార్గం ఎంచుకోవాలి, ఏ మార్గం ఎంచుకోవాలి

అమ్మ భవాని నన్ను నువ్వే రాక్షించాలి జై భవానీ

అర్జున్ ఒక మార్గాని ఎంచుకున్నాడు ఆ మార్గపు తలుపు దగ్గరకు వెళ్ళి నిలుచున్నాడు , తలుపు తేరుచుకోబడింది

సూర్య అర్జున్ వస్తాడు అన్ని 6 గంటల నుంచి ఎదురు చూస్తూ వున్నాడు కానీ తన కర్తవ్యం తనను ఇంకా ఎంతో సేపు ఎదురుచూడనివ్వదు

6 గంటలు అయింది ఇంకా రాలేదు అంటే, నేను కిందకి వెళ్ళ కుండా తప్పు చెసానా,

తప్పు ఏం చేయలేదు మిత్రమా, ధూరం నుంచి అర్జున్ ,సూర్య వెంటనే అర్జున్ దగ్గరకు వెళ్ళి కౌగిలించుకుంటూడు.

నాకు తెలుసు నువు వస్తావ్ అన్ని

త్రుటిలో తప్పించుకున్నరా ,అయిన నువు ఇక్కడ ఎం చెస్తునావు నువు అవతలికి వెల్లివుండలి నాకోసం ఎదురు చూస్తూ సమాయని వృద్ధి చేసావ్,

ఇంకో రెండు గంటలలో నువు రాకపోయివుంటే నాకు వేరే మార్గం వుండేదికాదు. ఒక వెళ్ళ నా జవాబు తప్పు అయినది అయితే రెండు అంతస్తులు కిందకి వెళ్ళి పడ్డతాను అప్పుడు నువు వచ్చేతలికి నేను ఇక్కడ వుండను అప్పుడు ఏం జరిగేదో ఎవరము వుహించాలేము.

కానీ నువు ఎందుకని ద్వారని కనుగొనప్పుడు నా రాకకోసం ఎదురు చూడలేదు, ఎందుకని తొందరపడి జవాబు చెప్పావు

అసలు నేను జవాబు చెప్పలేదు రా, అక్కడే అలానే నిలుచుని ఉండిపోయా . నీ సమయం దాటిపోయింది అన్ని నాతో చెప్పింది వెంటనే ఈ గడ్డి నన్ను మింగేసింది కళ్ళు తెరిచి చూసేటప్పటికి కింద వున్నాను అన్ని అర్ధం అయింది నువు ద్వారానికి దూరం లో వుండడం తోనో ఏమో నిన్ను ప్రశ్నించలేదు

అది సరే గానీ కింద ఏ ప్రమదాని ఎదురుకోని పైకి వచ్చావ్

ఆ సంగతి తరువాత చెప్తా ముందు అయితే దీన్ని ధాటుధం మళ్ళి తప్పుడు జవాబు చెప్తే అప్పుడు ఇద్దరం రెండు అంతస్తులు కిందకి వెళ్తాం అప్పుడు తీరిగా చెప్పుకుందాం,

అర్జున్ సూర్య లు ద్వారంవద్దకు చేరుకున్నారు

మీ మొదటి ప్రశ్న దేవుడు శృష్టించిన వాటిలో అత్యంత శక్తి వంతమైన జీవరాశి ఏది

మామ సరిగ్గా చెప్పు రా నాకు మళ్ళి కిందకి వెళ్ళలి అన్ని లేదు . సూర్య ,ఒక స్త్రీ అన్ని జవాబు ఇస్తాడు.

ద్వారం తెరుచుకుంటుంది

ఇది కూడా ముందు లాగే వుంటుందా

చూద్దాం పద్దా మిత్రమా

వారిద్దరు తరువాతి గట్టం లోకి అడుగుపెట్టారు

సూర్య చూస్తుంటే ఇది ముందు లాగా వుండదు అనుకుంటా ఇది మనల్ని నేరుగా తరువాత ద్వారానికి చేరుస్తుంది అనుకుంటా .

ఇప్పుడు చెప్పు ఎ ప్రమాదని ఎదురుకొని పైకి వచ్చవు,

సూర్య మంచినీళ్ళు ఇవ్వరా

సూర్య తన బ్యాగ్ లో నుంచి మంచినీరు తీసి అర్జున్ కి ఇస్తాడు.

సమయం మించిపోవడం వల్ల ఎ జవాబు చెప్పకుండానే కింద పడిపోయాను, కళ్ళు తెరిచిచుసేటప్పటికి చట్టు ద్వారాలు ఉన్నాయి ప్రతి ధ్వరము పైకి చేరుస్తుంది అన్ని నువు చెప్పిన మాటలు గుర్తువచ్చాయి, కన్ని ప్రతి ద్వారం వెన్నుకాల ఒక ప్రమాదం వుంటుంది.

జై భవని అన్ని అమ్మని తలుచుకొని ఒక మార్గాని ఎంచుకున్నాను ద్వారం తెరుచుకుంది, చూస్తే ఆ ద్వారం అంత నేలమింద పాములతో నిండిపోయింది.

ఆ గోడలో నుంచి క్యూబ్ షేప్ లో చెక్కలు ఒకవైపుంచి మరోవైపు గోడలోకి వెళ్తున్నాయి.

నాకు ఏం చేయాలో అర్ధం అయిపోయింది నెల మీందా అడ్డుగుపెట్టకుండ చెక్కల మీందా నుంచి పరిగెత్తు కొంటూ ఆ మార్గాని దాటాలి

అమ్మ ను తలుచుకొని

ఆ చెక్కల మింద నుంచి పరిగెత్తడం మొదలు పేట్టను చావును చాలా దగ్గరనుంచి చుసినట్టు అనిపించింది . కానీ ఎలగో కష్టపడి పైకి వచా.

ఒకానొక సమయంలో చచ్చిపోతాను అనిపించింది మామ.

గుండె కొట్టుకుంటున్న శబ్దం గట్టిగా వినిపిస్తుంది, నేను అడుగుపెట్టిన ఒక చక్క లోపలికి వెళ్ళిపోయింది నేను జరికింద పడ్డ బోయ అదే సమయంలో చేతికి ఇంకో్క చెక్క అందింది అది లోపలికి వెల్లిపోయెలోపు నేనుమల్లి పరిగేతడం మొదలు పెట్టా అలా దాన్ని దాటను

సూర్య నాకు ఒక విషయం బాగా తెలిసొచ్చింది రా

ఇక్కడ మన ప్రాణాలు పోవడానికి మన ఆధమరిచిన్న ఆ ఒక క్షణం సరిపోతుంది చాలా జాగ్రతగా వుండాలి

అలా వాలు మాట్లాడుకుంటూ రెండోవ ద్వారం వద్దకు చేరుకున్నారు

మీ ఇద్దరిలో ముందు ఎవరు జవాబు చెప్తారు ఏ ఒక్కరూ తప్పుడు జవాబు చెప్పిన ఇద్దరు ప్రమాదాన్ని ఎదురుకోవాల్సి వస్తుంది

అర్జున్ రొండు అడుగులు ముందుకి వేస్తాడు

ఈ భూప్రపంచంలో అత్యంత శక్తి వంతమైన శాపం ఎవరిది

ఎంతో తపసు చేసి గ్యనని పొందిన ఒక ఋషి శ్యపమే అందరికంటే శక్తి వాంతమైన శాపం

మీ జవాబు తప్పు

అక్కడున నెల వూభిల వాళ్ళని మింగెసింది

తప్పుడు జవాబు చెప్పడం తో వాళ్ళు కిందపడిపోయారు

నా సమదానం తప్ప ,ఋషి కంటే శక్తిమంతమైన శాపం ఇంక ఎవరికి వుంటుంది

ఒప్పుకుంటాను ఒక ఋషి యొక్క శాపం ఎంతో శక్తివంతమైనది కానీ దానికి ఎంతో తపసు చేస్తే కానీ అంతా శక్తిని పొందలేరు , కాన్ని ఋషి యొక్క శాపం అత్యంత శక్తివంతమైనది కాదు

ఒక్క స్త్రీ యొక్క కోపాగ్నిజ్వలలో నుంచి శాపం అత్యంత శక్తివంతమైనది

మహాభారతం జుతసభ లో ద్రౌపది మాతను నిండు సభ లో అవమానిస్తారు శ్రీకృష్ణుడు అక్షయ వస్త్రములు ఇచ్చి రక్షిస్తాడు

ఒక స్త్రీని నిండు సభలో అవమానించినందుకు స్త్రీ జాతికి ప్రతీకగా మొత్తం కురు సభ ను శపిస్తుంది ఆ శాపం ఎంతటి శక్తివంతం అయిందంటే

మహామహితత్ముడు భీష్ముడు,గురుద్రోనుడు, సూర్యపుత్రుడు అరివీర పరక్రవంతుడు సర్వసేస్త్ర దనుద్దారి అయిన కర్ణుడు, దుర్ధుడు అయిన దుర్యోధనుడు దుష్టుడు అయిన దుశ్శాసనుడు తో సహా మిగతా

కౌరవులు వారి సేన మొత్తం నెలకులల్సి వచ్చింది.ఒక స్త్రీ యొక్క శాపం అంత శక్తవంతమైనది అంతెందుకు దేవుడు అయిన శ్రీ కృష్ణుడు కూడా గాంధారి మాత శాపని మానించాల్సి వచ్చింది స్త్రీలు అంతటి శక్తి వాంతులు ఒక స్త్రీకి తపసు చేయాల్సిన అవసరం లేదు, సహజంగానే శక్తివంతులు ప్రకృతి కూడ వాలకి తలవంచాల్సిందే. కాబట్టి స్త్రీలని ఎపుడు గౌరవించాలి , స్త్రీ లేకపోతే ప్రపంచం నడవదు.

సరే సూర్య ఇప్పుడు ఏ మార్గాని ఎంచుకోవలో చేప్పు .

ఏది ఎంచుకొన ఒకటే లోపల ఏం వుంటుందో ఎవరికి తెలియదు దేని అయిన సరే ఎదురుకొని పైకి పోవాలి,అయితే ఎదురుగా వున్న దానే ఎంచుకుందం. ద్వారం తెరుచుకుంటుంది అర్జున్ సూర్యలు ఇద్దరు ఆ ద్వారంలోనికి ప్రవేశిస్తారు

ప్రకృతి పచ్చదనంతో నిండి పోయినా అందమైన ప్రదేశం

కన్నుచుపుల దురంలో ఎంతో వైభవంగా నిర్మించబడిన ఒక శివాలయం - ఒక అందమైన గోవుదుడ, మెడ్డలో బంగారు గంట కాళ్ళకు గజ్జలు నుదుటన విభుది తో శివనమలు శరీరము పోసువుతో అలంకరించి బడివుంది.

ఆ అందమయిన గోవు దూడ తన తల్లి దగ్గర పాలు త్రాగుతుంది ఎంత అందమైయిన దృశ్యము , యి దృశము భరతదేశములోనిది

ఈ దేశం లోని గురుకులాల్లో వేద పాటలు వినిపిస్తున్నాయి స్త్రీలు సంప్రదాయం అయిన వస్త్రములతో, రత్నాలు ముత్యాలు; మరియు బంగారు ఆభుషణలు ధరించి సిరి సంపదలలో గౌరవంగా ఆనందంగా జీవిస్తున్నారు .

ఎటు చూసిన పెద్ద పెద్ద రాజ్య భావనలు, ప్రజలు పిల్లలు అందరూ ఎంతో సంతోషంగా వున్నారు . ఆ దేశంలో గుళ్ళు ఎంతో వైభవంగా వున్నాయి చరిత్ర గర్వించేలా వల్ల పూర్వీకుల విగ్రహాలు ఎంతో వైభవంగా దేశం మొత్తం ప్రతిష్టించి వున్నాయి. ఆది ఒక బంగారు సామ్రాజ్యం లాగా వుంది.

ఒక క్షణం లో అంతా మాయం

చెట్లు వాడిపోయి వున్నాయి ప్రకృతి కలుషితమైపోయింవుంది

ఎటు చూసిన పెద్ద పెద్ద పొడవాటి భావనలు ఆ ప్రాంతం అంతా ఎదో నరకంలా వుంది...

సూర్య వెంటనే కళ్ళు తెరుచుకుంటాడు అది కల అన్ని గ్రహిస్తాడు అర్జున్ తన పగనే పడిపోయివున్నడు

అర్జున్, అర్జున్ లెవరా ఇది మయా, లే

కొంత సమయం తరువత అర్జున్ కళ్ళు తెరుచుకుంటాడు శోకంతో గట్టిగా అరుస్తాడు

అర్జున్ ఇది మయా, మయా మాత్రమే మిత్రమా దిగులు పడకు

సూర్య ఈ మయా మనం ఎది అయితే అత్యధికంగా కోరుకుంటమో దాని దారుణంగా మారుస్తుంది , మనల్ని భయప్రంతులకి, దుక్కనికి గురిచేస్తుంది.

హ అవును మిత్రమా

ఒక క్షణంగుండె ఆగిపోయిన్నంత పని అయింది సూర్య

పద వెళ్ళేదాం

హ

ఈసారి సారి అయిన జవాబు చెప్పు .

అర్జున్ సూర్య లు ఇద్దరు రెండోవ ద్వారాని దట్టుకొని ఆ గట్టం లోని అంతిమ ద్వారం అయిన మూడో ద్వారం వద్దకు చేరుకున్నారు .

వాస్తవం లో మీరు ఇద్దరు ఎవరు?

నా పేరు సూర్య నేను ఒక రాజును ఇతడు అర్జున్ నా సర్వసైన్యద్యక్షుడు

అర్జున్ సుర్య వంక చూస్తాడు

అయితే చెప్పండి ఒక రాజ్యంలోని రాజు యొక్క కర్తవ్యాలు ఏమిటి

ధర్మపరిపాలనా సాగించడం , ప్రజలను రక్షించటం,వేదాలను ఇతిహాసాలను మహాగ్రంధలను, "జ్ఞానాని విధ్యను రక్షించడం" జ్ఞానాని తరువాతి తరానికి అందచేయడం, పూర్వీకుల చరిత్రను అదృశ్యం అయిపోకుండా రక్షించడం నా పూర్వీకులు నాకు అందించిన సంపదను తరువాతి తరానికి అందచేయడం, ప్రజల జీవితాలలో సుఖ సంతోషాలను నింపట్టం , దర్శనికి ఎటువంటి ప్రమాదం వచ్చిన ప్రణాలు అడేసేన సరే రక్షించుకోవటం.

ఉత్తమం, ఇపుడు సరవసైన్యద్యక్షుడి వంతు

యుద్ధ నీతి వివరించండి?

ఏ యుద్ధం అయిన నీతి నియతి అనుసరం మే జరగాలి . ఒక యుద్ధని ప్రారంభించే ముందు ప్రధానంగా కారణము అనేది ఎంతో ముఖ్యమైనది విలువైనాది, యుద్ధం ప్రారంభించే ముందు ఒకసారి శాంతియుతమైన చర్చలు జరపాలి, చర్చలు విఫలం అయినప్పుడు

మాత్రమే యుద్ధం చేయాలి , యుద్ధనికి కారణం వ్యక్తికథం అయినపుడు ఆ వ్యక్తులు మాత్రమే పోరాడుకోడం శ్రేయస్కరం , ఎందుకంటే వ్యక్తికతకరణలకు సైన్యాని బలి చేయడం సరి అయినదు కాదు, సైన్యాన్ని వాడాల్సి వచ్చినప్పుడు మాత్రమే వడాలి, దర్మరక్షణకోసం దేశరక్షణకోసం ప్రజ రక్షణ మాత్రమే సైన్యాన్ని వాడాలి, వ్యక్తి కతా కరణములకు వ్యతిగత కక్షలకు శేన వినియగించటం రాజు లక్షణం కాదు, యుద్ధం వ్యతికత కరణము వల్ల జరుగుతునప్పుడు వారి కుటుంబనీ అందులోకి లగాకుడదు

యుద్ధం రొండు దేశాల మద్య అయితె ఆ రెండ దేశలలోని అమాయకపు ప్రజలు కు ఏ హాని తలపెట్ట కూడాదు, రణభూమి నందు యుద్ధమును సూర్యడు ఉద్దయిస్తునప్పుడు మొద్దలుపేటలి సూర్యుడు అస్తమించినప్పుడు ఆపివేయాలి

ఎందుకంటే ఇరువైపులా సైనికులకు విశ్రాంతి అవసరం విశ్రమించేటప్పుడు దాడి చేయరాదు.లొంగిపోయిన వారిని చంపరాదు; ఇవన్నీ పట్టిస్తు చేసే యుద్ధనే ధర్మ యుద్ధం అంటరు. ఇరువైపులా రాజులు యుద్ధం దర్మనుసరంగా చేయాలి ఒకవేళ ఎవరు అయిన నియమాలను అతిక్రమించి ఆధర్మంగా యుద్ధం చేస్తుంటే “క్రియకు ప్రతి క్రియ” , అడ్డుకోవచ్చు ఇదే నాకు తెలిసిన యుద్ధనీతి.

మీ ఇరువురి జవాబులు సరైనవి ,ద్వారము తెరుచుకోబడుతుంది.

అర్జున్ అద్భుతంగా చెప్పావ్ రా నీకు యుద్ధాలు గురించి ఇంత తెలుసు అన్ని తెలియదు .

మహాభారతం నుంచి నేర్చుకున్నా లే రా .

అర్జున్ ఇప్పుడు యుద్ధం చేసే సమయం వచ్చేసింది మిత్రమ ఇదే ఆకరి గట్టం దీంట్లో గెలిస్తే విశేషమైన మంచు పుష్పని పోందవచ్చు, అర్జున్ నీలోధైర్యసహాస్యలు వున్నంత వరకు ఖడ్గంలో లావా ప్రవహిస్తుంది. అప్పడే మంచు రక్షసులను చంప్పడం సులభం అవుతుంది సిద్ధమా మిత్రమా

సిద్ధం

హరహర మహదేవ

హరహర మహదేవ

అర్జున్ సూర్యలు ఇద్దరు ఇరువైపులా నుంచి వారిద్దరినీ ఒకరినొకరు రక్షించుకుంటు మంచు రక్షసులతో భీకర యుద్ధం చేస్తు అగ్ని తో రగులుతున్న కతులతో మంచు రక్షసులను సంహారిస్తున్నరు

మంచు రాక్షసుల తలలు తెగ్గిపడుతునాయి వారిద్దరూ మహా యోధుల వలె యుద్ధం చేస్తున్నారు

యుద్ధం పూర్తయ్యే సమయంలో అర్జున్ తీవ్రంగా గాయపడ్డాడు అర్జున్ శరీరంలోనుంచి రక్తం ధారలుగా ప్రవహిస్తుంది,

చావుకు చాలా దగ్గరగా అంతిమ గడియలో పోరాడుతున్న అర్జున్ ని చుసినా సూర్య ఎంతో కోపోద్రితుడు ఆయాడు మిగిలిన 25 మంది సైనికులను తెగ్గనారికేసాడు.

అర్జున్, అర్జున్, నీకేం కాదు యుద్ధం అయిపోయింది నీకేం కానివను

నీలాంటి గొప్ప స్నేహితుడు దొరికినందుకు నేను చాలా అదృష్టవంతున్ని రా సూర్య. మన స్నేహాన్ని చరిత్ర గొప్పగ చెప్పుకోవాలి.

నేకెంకదురా కొంచం ఓపికపట్టు నేను బ్రతికివుండగా నిన్ను చావనివను మిత్రమ

సుర్య అర్జున్ ని మంచు వృక్షము దగ్గరకు తీసుకువచ్చడు.

ఓ పవిత్ర మైన మంచు వృక్షమా నేను నిన్ను అర్ధిస్తునను నా మిత్రుడిని రక్షించు

సూర్య నేను మీ ఇరువురిని మొద్దటినుంచే గమనిస్తున్నాను . మీరు ఇరువురు గొప్ప వీరులు, ధైర్యవంతులు మీ సాహసం మెచ్చుకొదగ్గినది .

కాని సూర్య,

ఇప్పుడు నీవద్ద రెండు ఉపాయములు మత్రమే వున్నాయి, మొద్దటిది నేను నీ మిత్రుడిని రక్షిస్తాను దానికి నువు పుష్పాణి త్యాగం చేయాలి

రెండోవది నువు నీ మిత్రుడిని త్యాగం చేస్తే పుష్పాణి పొందేందుకు అవకాశాన్ని పొందుతావు. శ్రద్ధగా విను సూర్య పుష్పాణి పొందవు పుష్పాణి పొందేందుకు అవకాశాన్ని మాత్రమే పొందుతావు అందులో నిన్ను నువు అర్హుడవి అన్ని నిరువుపించుకుంటే పుష్పాణి పొందుతావు.

నిర్ణయించుకో సూర్య ప్రణ స్నేహితుడా పుష్పాణి పొందేందుకు అవకసమా

సూర్య ఎంటి అలోచిస్తునావ్, ఒకగొప్ప లక్షం కోసం ప్రాణలను ఇస్తున్నందుకు నేను గ్రవిస్తున్నాను, అనుని ని సొంత చెల్లి ల ఏ ఆపద రాకుండా చూసుకో తను జీవితంలో సంతోషంగా వుండాలి, మన దేశం బంగారు పక్షిగా మళ్ళీ మారాలి భారతదేశం వర్ధిలాలి

నన్ను క్షమించు మిత్రమా ఎందుకంటే నన్ను నేను ఎప్పటికీ క్షమించుకోలేను నువు లేని జీవితని కూడా నేను వూహించుకోలేను అర్జున్

నేను అర్దం చేసుకోగలను రా , నీకు వేరే ఆప్షన్ లేదు, నాకు ఓ చివరి కోరిక వుంది మిత్రమ ,మన స్నేహాని చరిత్ర గుర్తుంచుకోవాలి సుర్య, నా దేశంలో ఇంకా నుంచి అనారోగ్యం తో నో ఆసుపత్రులకు డబులు కట్టలేకో ఏ ఒక్కరు మరణించకూడదు మాట్టివు మిత్రమా

మట్టిస్తునా మిత్రమా నా ఈ బాధ్యత పూర్తి చేసేందుకు నా ప్రాణాలు సైతం త్యాగం చేయాల్సిన అవసరం వస్తే , క్షణం కూడా ఆలోచించాను మిత్రమా.

వచ్చే జన్మ అంటూ వుంటే మళ్ళీ స్నేహితులుగానే జన్మిధంరా సూర్య.

నువు లేని ఇ జీవితాన్ని నేను ఊహించుకొలేనురా , ఇంక్కనుంచి సాహసలు, సంతోషాలు, యుద్ధాలు ఎవరితో పంచుకోవాలి .

సుర్య బాధ తో తన ప్రాణ స్నేహితుడు అయిన అర్జున్ ను గట్టిగా కౌగిలిచుకున్నాడు.

సూర్య నీ నిర్ణయం ఎంటి

నీ ప్రాణ స్నేహితుడి ప్రాణాలు కావాల పుష్పాణి సాధించుకునేందుకు అవకాసాము

ఓ పవిత్ర మంచు వృక్షమా నేను సమజం కోసమని నా మిత్రుడు కి బదులుగా పుష్పని సదించే అవకాసాని ఎంచుకుంటున్నాను.నేను ఏ పరిక్షా అయిన సిద్ధం

సూర్య నువు నీ ప్రణ స్నేహితుడికి బదులుగా సామజాని ఎంచుకునప్పుడే పరీక్షలో గేలిచావు, సమాజం పట్ల నీకు కర్తవ్య భావనకు నిన్ను అబినందిస్తున్నాను పుష్పని అలాగే ప్రాణాపాయ పరిస్థితులలో వున్న నీ స్నేహితుడిని రక్షిస్తున్నాను..

అర్జున్ కున్న గాయాలు అన్ని మాయమైపోతాయి అర్జున్ పరిపూర్ణ ఆరోగ్యవంతుడైయడు. సుర్య అర్జున్ ఇద్దరు ఒకరినొకరు గట్టిగా కౌగిలించుకున్నారు.

దివ్య వృక్షము మంచు పుష్పని సూర్యకు ఇస్తుంది.

అదిగో మంచు విమానం దాని అధిష్టించండి ఆది మీమాల్ని గుహ ముక్య ద్వారం వద్దకు చెరుస్తుంది.

అర్జున్ సూర్య లు ఇద్దరు చక్రాకరం లో వున్న మంచు విమనని అదిష్టిస్తారు. అది వారు దాట్టినా గట్టలు అన్నిటిని చూపిస్తూ ముఖ్యద్వారం వద్దకు తీసుకువెళ్ళుతుంది.

సూర్య మనం సాధించాం, ప్రాణాలతో బయటకి వెళ్ళబోతునం .

తాత గారు మనల్ని చూసి గర్విస్తరు రా అర్జున్.

ఆదే కాదు బయటకి వెళ్ళగానే అను ప్రియలు మనల్ని ఎముక్కులు విరిగిపోయే అంతా గట్టిగా కౌగిలించుకుంటారు.

ముందు అయితే నేను వైద్యం చేపించుకోవాలి నీకేం అన్ని గాయాలు నయం అయిపోయాయి

సూర్య ఇపుడు మనకాడ మంచు పుష్పం వుంది కధ. అను మంత్రని వాడి చిటికెలో నీ గాయాలు అన్ని నయం చేసేస్తుందిలే

హ

అర్జున్ సూర్య లు ఇరువురు ద్వారం వద్దకు చేరుకున్నారు పుష్పాణి చూపించడం తో ద్వారం తెరుచుకుంటుంది అర్జున్ సూర్యలు ఇద్దరు విజయవంతం గా పుష్పాణి సాదించుకొని విజయోస్తాహం తో బయటకి వస్తారు.

కానీ వారు అనుకుంటున్నట్లు అను ప్రియ లు అక్కడికి రాలేదు.

అర్జున్, ప్రియ అను ఇక్కడికి ఎందుకని రాలేదు

సూర్య మనం గుహ బయట వున్నాము ఇక్కడ మాయలు మంత్రలు వుండవు మనం రాంగానే వాళ్ళకి తెలియడానికి. ఇక్కడే ఎక్కడోవుంటారు లే, విజయం సాధించినందుకు సంతోషిధాం ,వాలు కౌగిలించుకోకపోతే ఏంటి మనల్ని మనమే కౌగిలించుకుందాం అర్జున్ సూర్యలు ఇద్దరు విజయోస్తహం తో ఒకరిని ఒకరు కౌగిలించుకుంటారు

నాకెందుకో సందేహంగా వుంది రా అర్జున్

సందేహం ఎందుకురా సూర్య వాళ్ళు టెంట్ లో నిద్రపోతుంటారు సోమరిపోతులు పద వెళ్లి చూద్దాం

వాలిద్దరు అను ప్రియలు ఏర్పరుచుకున్న స్తవరనికి చేరుకున్నారు. ఇల్లు బాగానే కట్టుకున్న రా సూర్య

అర్జున్ సూర్యలు ఇద్దరు లోపలికి ప్రవేశించారు.

అర్జున్ సుర్యాలు ఆశ్చరంతో స్తంభించిపోయారు

లోపల అను ప్రియ లేరు

అక్కడ కేవలం ఒక కరవలము మత్రమే వుంది అది కూడా ఒక రాజ ఖడ్గం ల వుంది

ఆ ఖడ్గనికి ,ముదురు ఆకుపచ్చని రంగులో ములతో కూడిన ఒక పుష్పాణి ఆ ఖడ్గం యొక్క పిడికి కట్టబడివుంది మరియు ఒక లేఖ , ఆ పుష్పం నుంచి గాట్టు అయిన వాసన వస్తుంది.

ఈ దృశ్యాని చూసి అర్జున్ సూర్యలు ఆందోళనకి గురైయ్యారు

అర్జున్ నెల మింద కుర్చునిపోయాడు.

సూర్య పోయి ఆ లేఖ ఎంటో చూడరా

సూర్యఖడ్గం దగ్గరకు వచ్చి ఆ ఖడ్గను నెల లో నుంచి బయటకి తెస్తాడు వచ్చి అర్జున్ పక్కన కూర్చునాడు లేఖను చేతిలోకి తీసుకునాడు.

ఆ లేక లో ఇలా రాయబడి వుంది

మొదట్టిగా , పుష్పాణి తీసుకొచ్చనందుకు శుభకాంక్షలు, అనుప్రియలు ఇరువురు మవద్దనే సురక్షితంగా వున్నారు, పుష్పాణి తీసుకోని జంతువుల రాజ్యంలోని కొండపైకి రండి.

ఎవరు అయివుంటారు సుర్య

ఎవరు అయినా గాని రా వాళ్ళని అపహరించిన దానికి తగ్గిన ఫలితాన్ని అనుభవించెలా చ్ చేద్దాం , ఒక్క విషయం కచ్చితంగా చెప్పగలను ఎవరు అయినా గాని ,కచ్చితంగా శక్తివంతులు, ప్రియని ఓడించే అంత సామర్ధ్యం సమన్యులలో వుండదు, వందమందినైన సరే ఒక్కటే అప్పగలదు అవసరమైతే అందరిని సంహరించగలదు అంతటి శక్తి వంతురాలు, తెలివైనది.

అంతటి సామర్ధ్యవంతురలునిదాటుకొని వాళ్ళని అపహరించుకుపోయారు అంటే వాలు సామాన్యులు కారు.

అవును సుర్య, వాళ్ళు ప్రమదాకరమైనా మాయ అడవి మద్యలో వున్నారు అంటే ప్రకృతి మయా ఎదురుకొగలిగెంత సామర్ధ్యం జంతువులను సంహరించగలిగెంత బలం.

ఎంతటి బలవంతులే సరే రా అర్జున్ మన శక్తి సామర్ధ్యాలు ఎంటో చూపిద్దాం చావు అంటే ఎలావుంటుందో చూపిద్దం.పద్ద వెళ్దాం ఇందులో మనం చాల ప్రమదాలను ఎదురుకోవాల్సి వస్తుంది మిత్రమా..

సుర్య మనం ఎన్నో ప్రమాదాలను ఎదురుకోని.

పుష్పనే సాధించుకు వచ్చం మనమెంటో ప్రపంచానికి చూపించే సమయం ఇప్పుడు వచ్చింది.

అర్జున్ సూర్యలు ఇద్దరు అడవిలోకి, ఎన్నో ప్రమాదాలతో కూడుకున్న మాయ అడవిలోకి ప్రవేశించారు.

మంత్రివర్య మనము ఎక్కడికి వచ్చినాము

నక్కూడ తెలియట్లేదు మహారాజ నదిలో పడ్డిపోతునంత వరకే గుర్తువుంది

ఇ ప్రదేశమును నేను మునుపెన్నడూ చూడలేదు మంత్రివర్య,

మంత్రివర్య ఇది ఏ రాజ్యమో ముందుగా తెలుసుకోవలే అందుకుగాను ముందు ఈ అడవిలోనుంచి బయటకి వెళ్లవలే.

మహారాజ ఇ అడవియొక్క వాతావరణము సరిగ్గా లేదు, నా ప్రకారము ఇద్ధి మాయతో కుడ్డిన అడవి ల వున్నది, ఇంద్రియ నిగ్రహము కోలిపోతే ఇది మన్నతో అడుకుంటుంది.

మంత్రివార్య ఇవని సామన్యులు కోసాము నిర్మించబడినవి. మనల్ని ఎం చేస్తాయి.

ముందుకు కదులుధము , బయటకు వెళ్ళి ఎ రాజ్యములో వునమో తెలుసుకోని మన రాజ్యానికి పోవుదాము, ఇది ఒక వేళా శత్రురజ్యము అయినాచో ఆ రాజున్ని గెలుచుకోని ఆ రాజు యొక్క తలను మనతో పాటు మన రాజ్యమునకు తీసుకువెళ్ళాదాము.

మీ అజ్ఞ్యా మహారాజు.

రాజుగారు ఇంకా తన మహా మంత్రి అడవిలోని మాయను దాటుకొని బయటకి వచ్చారు.

మహారాజ ఇది మనకాలము కాదు, ఇక్కడి దృశ్యాలను చూస్తుంటే మనము భవిషతులోకి వచ్చినటు వున్నాము.

మహామంత్రి అ నధి మనలను భవిషత్తులోకి తీసుకువచ్చినది కావచ్చు, లేక ఇది ఆ అడవిలోని మయ వల్ల మన్నకు వచ్చిన బ్రమ కూడా కావచ్చును ముందుకు వెళ్ళి తెలుసుకుందాము,

అలాగే మహారాజ

అదిగో ఆ బాలకుడ తో చర్చించుము ఏదైనా విషయము తెలుయునేమో.

బాలక బాలక ఇట్టు రాము,

ఇది ఎ కాలము,

ఎ కాలమా , డబ్బులు ఇస్తాను అంటే చెప్తా,

బాలక పెద్దలు అంటే గౌరవము లేదా, నేను ఒక మహారాజుని, ఒక మహారాజు యొక్క మంత్రివర్యుల పశ్నకు జవాబు చెప్పేందుకు దబ్బులు అడుకుతున్నావా,

డబ్బులు ఇస్తేనే జవాబు చెప్తా , డబ్బులు లెక్కపోతే ఇక్కడ ఎ పన్ని జరగదు , అసలే నా గర్ల్ఫ్రెండ్ నా కోసాము వెయిటింగ్ చెస్తున్నాది, దాన్ని షపింగ్ తీసుకువెళ్ళలి అంటే బాగా కర్చుఅవుతుంది

బాలక గర్ల్ ఫ్రెండ్ అన్నా గానేమి,

మంత్రి వర్య అనవసరమైన పశ్నలను అపి నీ వద్ద బంగరు నన్యములు వుంటే ఇ యువకుడికి ఇచ్చి సమచారాము తెలుసుకునోము .

ఇదిగో నాలుగు బంగారు నాన్యములు తీసుకోని మాకు అవసరమేనా సమచారాము అందించుము

ఎంది నన్యముల ,చిత్రంగా వున్నాయే ,

సరే బంగారము అంటునావు కాబ్బటి చెప్తా.. ఇది 2023వ సంవస్సారం.

గర్ల్ఫ్రెండ్ అంటే ప్రేయసి.

మీరు ఇచ్చిన నాన్నములకు ఇ రెండు సమాధానాలు మాత్రమే చెప్పగలను ఇంకా నేను పోవాల, మీరు బలే చిత్రముగా వున్నారు.

బాలక బాలక ఆకరి ప్రశ్న

చెప్పండి మంత్రి మామ

నీ వయసు ఎంత

18

నేను పోతున్నాను.మీకు ఇంకేమైనా కావాలి అంటే కనిపించే ఆ రోడు లోకి పోయి ఎది అయినా ఎక్కి సిట్టికి పొండి.

ఇతడు పుట్టి మూర్ఖుడు , బహు లోబి లాగా వున్నాడు మహారాజా,

ఎది ఏమైనను అతని వాహనము బలేగా వుంది మంత్రివర్య రొండు చక్రములతో..

పదా అతను చెప్పినా పదేశమునకు వెళ్లి సిటీకి పోయి మరింత సమాచారము తెలుసుకొనేదము, మార్గాని గుర్తుపెట్టుకో మహామంత్రి

అలాగే మహారాజ

వాళ్లిద్దరూ వెళ్ళి రోడు దాటుతుండగా,

ఒక కారు వారి పక్కనుంచి వేగముగా వెళ్ళుతుంది వాళ్లిద్దరూ త్రుట్టీలో తప్పించుకుంటారు ఆ వాహనము కొంచం ముందుకి వెళ్లిన అగుతుంది

చావడానికి నా బండి దొరికింద ఏంది.

మహారాజ ఆ నాలుగు చక్ర వాహనపు వ్యక్తికి ఎంత పొగరు అతి వేగముగా పోతు మళ్ళీ మనలనే బెదిరిస్తున్నాడు

మళ్ళీ వెన్నకి వెళ్ళేటప్పుడు అతను కనిపిస్తే అతని తలని మనతోపాటు తీసుకువెల్దాంమూలే మహామంత్రి లేకపోతే మన్నకే బెదిరింపు విసిరి పోతాడా

పద అవతలికి వెల్దాం

అలాగే మహారాజ

అదిగో మహో మంత్రి ఒక నాలుగు చక్ర వాహనము వస్తుంది దానిని ఆపుము

మహోరాజ అతగాడు బాహువేగముగా అపకుండానే వెళ్ళిపోయాడు

ఇంకా నుంచి నాలుగు చక్రవాహాణములు ఆపకు మహోమంత్రి

ఇ రాజ్యములోని ప్రజలకు మంచి మర్యాద తెలియదు ఒక పద్ధతి లేదు ఎం లేదు.. ఒక్కడు చుస్తే సమదానామునాకు డబ్బులు అడిగాడు . వాహనుములు మనుషుల మీందా నుంచి పోనిచేటటున్నారు.

మహరాజా ఒక పెద్ద వాహనము వస్తుంది. మంత్రివర్య ఇది చూడటనికి బహు పెద్దగాను నాలుగుకంటే ఎక్కువ చక్రములతోను వున్నది . మన రాజసానికి సరిగా సరిపోతుంది దీనిని ఆపూము

లారీ అగుతుంది,

సిటీ కి పోవాలి.

ఎక్కండి అయ్యా

నాటకాలు ఎసేదన్నికి పోతునారా

కాదు,

తప్పుగా అనుకోమకండ్డైయ , మీ వస్త్రధారణ చూసి అలాగా అనిపించింది

ఎక్కడికి వెళ్ళాలి అయ్య , ఎద్దైనా గుడికి తీసుకుపో

మీ వృతి ఏమిటి

నేను ఒక రైతును అయ్యా అప్పుడప్పుడు లారీ తోలుతుంట

మంత్రివర్య ఇతనిని ఏమి ప్రశ్నించ వద్దు

ఒకేసారి సరైన వ్యక్తిని కలిసి అన్నిటికీ జవాబు తెలుసుకుందాము

అయ్య ఇక్కడ నుంచి కోంచం దురం పోతే రాజరాజేశ్వరి అమ్మవారి గుడి వస్తుంది, వుంటనయ్య.

మంత్రివర్య ఇతగాడు మంచివాడు లాగా వున్నాడు.

అవును మాహారాజ

మంత్రి వార్య మనము ఏ దేశము నందు వున్నాము

ఇక్కడి ప్రజల వస్త్రధారాములు బహు చిత్రముగా వున్నాయి కొందరి అబ్బయిలు అమ్మయిలు వస్త్రధారణ ఒకేలా వున్నాయి , చీరకట్టుకునా స్త్రీలు చాలా అరుదుగా వున్నారు , ఎట్టుచూసినా నాలట్టి చక్రముల వాహనాలు, పోడావాటి కట్టడాలు, కాలుషం, అందరి చేతులలో నల్లని యంత్రలు వున్నాయి మహారాజ.

మంత్రివర్య ఎందుకో తెలియదు గాని ఈ దేశం మన భరరదేశం నుంచి సుర్తిని పొందినా దేశముల అనిపిస్తుంది , ఎందుకంటే కోని భరతదేశపు ఆనవాళ్లు కనిపిస్తున్నాయి.

ఇ మట్టిని చూస్తుంటే భరతదేశం కూడా అయివుందొచేమో మహారాజు

పొరపాట్లు పడుతున్నారు మంత్రివార్య

మన భరతదేశన్ని ఇట్టే కన్నుకోవచ్చు , మనదేశం లోని సంస్కృతి, సంప్రదాయాలు, ఆ ఘున్న కీర్తి, అ వైభవం ఇక్కడ కనిపించడం లేదు , , మనదేశం ఎంతో గొప్ప చరిత్ర కలిగినది , ఎనో గొప్ప గంధ్రలు కలిగినాది, దర్మం ఆధారంగా నడుస్తుంది మన దేశం, మన దేశంలోని పజ్రలు సంస్కృతి సంప్రదాయాల మధ్య పెరిగేవరు వాళ్ళని ఇట్టే కనుక్కోవచ్చు భారతదేశం అంటే ఎలా వుంటుంది ఎంతో వైభవంగా కళకళలడిపోతుంటుంది.

ఇది భారతదేశం అయివుండదు మంత్రివర్య

మన సమధనాలకు పద్ధతిగా జవాబు చెప్పగాలవారు ఆ గుడిలోని పూజారే మహారాజ

మంత్రివర్య గుడ్డి దగ్గరకు చేరుకోగానే మనసు పులకరించిపోయింది మంత్రివర్య అ గుడ్డిని చూడు, చుట్టూ వున అందమైన ప్రకృతిని చూడు

ఇంతలోనే కొందరు కూరులో వచ్చి గుడ్డిమేట్ల నుంచి దిగ్గిమస్తున్నా ఒక అమ్మాయిని అపహరించుకు పొడనికి ప్రయనిస్తారు, వారి చెతులలో కత్తులు , రాడులు వున్నాయి

రాజు గారికి వెంటనే పట్టులేనంత కోపం వస్తుంది.

రాజు గారు వెంటనే వలను అడ్డుకొని వల కాళ్ళు చెతులు విరిచేస్తాడు వల శరీరం లో ఏ బాగము పనిచేయకుండా చేసేస్తాడు, వారికి ఎంతటి దుర్గతిని పాటించాడు అంటే వాళ్ళు ఇంకోసారి అలాంటి పని చేయలి అని కళ్ళలోకూడ ఆలోచించారు,

బయంతో వనికిపోతారు

పట్టపగాలు అందరు చుస్తుండగా అదికూడ అమ్మవారి దేవాలయం ముందు అపహరించుకుపోయేందుకు ప్రయత్నిస్తార ఎక్కడనుంచి వచ్చింది వెళ్ళాకి ఇంత ధైర్యం ఎవరిచ్చారు వీరికి ఇంతట్టి శ్వేచ్ఛ స్వతంత్రం మహామంత్రి.

భరతదేశం కాకుడదు అని కోరుకుంటున్నాను మహారాజ

ఒకవేళ ఇది భారతదేశమే అయితే, రక్తపాతం కూడా జరగకూడదు అని కోరుకో, పద్ద గుడిలోకి వెళ్ళి పుజారి దగ్గరనుంచి అని విషయాలను తెలుసుకుందాం.

అక్కడి పుజారి వాళ్ళకి భరతదేశం చరిత్రను మొత్తం చుణంగా పూసగు్చినట్లు వివరిస్తాడు .. .

విదేశీ పరిపాలనా, స్వతంత్ర పోరాటలు, ఇప్పటి గావ్వర్ణమెంట్ , చట్టాలు, ఇప్పుడు జరుగుతునా గోరాలు, నేరాలు, ఇప్పటి తరం పాట్టిస్తునా విదేశి పద్దతులు , రాజకీయనాయకులా నిజస్వరూపాలు, ప్రజల ఆలోచనా విదానం గురించి అంతరించిపోతున్న సంసృతి సంప్రదాయల గురించి పుసాగుచ్చినట్టు వివరిస్తాడు, ధర్మం ఎంత ప్రమదంలో వుందో వివరిస్తాడు.

ఇది అంత విన్న రాజు రక్తం లవాల మరిగిపోతుంది.

వెంటనే రాజుగారు తన్న ఖడ్గాన్ని చేతిలోకి తీసుకొని అమ్మవారి ముందు మోకరిల్లి తన చెతులలోనుంచి రక్తని చిందిస్తు ప్రమనం చేస్తాడు

అమ్మ, ఆ పరశురామ ప్రభువు వలే అధర్మానికి కారణం అయినా వాళ్లందరినీ చంపుతాను. కన్నిపించిన వారిని కనిపించి నట్టు తెగ్గనారుకుతను

చెడిపోయిన ఈతరం రక్తం తో నా దేశాని సుద్ధి చేస్తాను రక్తపు నదులు ప్రవహించేలా చేస్తాను.ధర్మాన్ని రక్షిస్తాను.

అందరు దర్మని పట్టించేలా చేస్తాను, మన సంస్కృతి సంప్రదాయలను, అంతరించి పోనివన్ను తరువాతి తరం రక్తంలో ధర్మని వీరత్వాన్ని నింపుతాను మన దేశపు సంస్కృతి సాంప్రదాయాల గొప్పతనని తెలియచేస్తాను, నను ఆశీర్వదించు తల్లి

మహారాజ ఆగండి మహారాజు, మహారాజు

రాజు గారు ఏమి వినిపించుకోకుండా అక్కడున్నంచి వెళ్ళి మట్టిని తీసుకొని తన నుదుటి మీందా రాసుకుంటాడు

మంత్రివర్యులవారు రాజుగారి ముంగట నిలుస్తాడు.

అగండి మహారాజు

దేశం దర్మం ప్రమదాంలో వుందని తెలిసినా నన్ను ఆపాలని ప్రయాణిస్తున్నా నేరణికి, నరకట్టం నీ నుంచే మొదలు పెట్టమంటవ మంత్రివార్య, అడుతప్పుకోనము.

మహారాజ మీ ఆవేశాని నేను అర్ధం చేసుకోగలను కానీ ఇక్కడి ప్రజలు అర్ధం చేసుకోలేరు, మర్పు తీసుకురావాలి, కాని ఇ పద్ధతి ద్వారా

కాదు,ఆది మీకు కూడా తెలుసు మనకి ఇంక ఇక్కడి విషయాలు గురించి పూర్తిగా తెలియాదు, సరైన సమయం వచ్చే అంతవరకు ఎదురు చుద్దం.

మన భరతదేశం దర్మం కోసం భరతదేశ మట్టి కోసం ఎంతమంది ప్రణలను అర్పించారో లేక్కకట్టగాలమ , మన దేశ సంప్రదాయాలను విలువలను, ఇతిహాసాలను , చరిత్రను, గ్రంథాలను మన దేసాగొప్పతనని విలువకటి పోల్చగలమ మట్టిని అమ్మలాగా స్త్రీని దేవతలగా చూడాల్సిన దేశం లో ధర్మం ఆధారంగా నడవాల్సిన నా దేశం లో ఏం జరుగుతుంది, దేశం కున్న విలువలను దర్మని మర్చిచిపోయారు,

మహామంత్రి పట్టపగలే ఒక అమ్మాయిని అపహరించాలి అన్ని ప్రయత్నించారు ఇంకా ఎని గోరాలు జరుగుతున్నాయో

ఇంకా సరి అయినా సమయం రావాలి అని మీరు భావిస్తున్నారా సమయం చేయిదట్టి పోతుంది మంత్రి వర్య ఇ తరం తలలు నరికి అయిన సరే దర్మని రక్షిస్తాను

నేను అర్ధం చేసుకోగలను మహారాజ కానీ ఇపుడు మనం అనుకూలమైన పరిస్థితిలో లేము

మంత్రివర్య మన దేశం ధర్మం కోసం మనం చేసిన యుద్దాలు అన్ని వృదా అయ్యినట్టేన , మన వీరుల ప్రాణత్యాగలకు విలువ లేనట్టేనా , మన దేశం ఆ పుచ్చిపోయిన విదేశీపరిపాలన పద్ధతులలోకి పోకూడదు అన్ని తార తరాల నుంచి ఎన్ని ఎన్ని ఎన్ని యుద్దాలు చేసివుంటం వాటి ఫలితం ఇదేనా మంత్రివర్య కనీసం వీలకి వేల అసలు అయిన చరిత్ర ఎంటో కూడా తెలియదు కదా మంత్రివర్య, గుండె బహబారముగా వుంది మంత్రివర్య ఏది

అయిన చేయాలి ,మంత్రివర్య నా దేశాని ఈ పరిస్థితులలో ఇంకొక్క క్షణం కూడా చూడలేను ,

మహా రాజా నాకు మీరు చెప్తునది అంతా పూర్తిగ అర్ధం అవుతుంది

మహారాజ ఇక్కడి రక్షణ గురించి, ఆయుధాల గురించి ఇక్కడ ఎదురయ్యే ప్రమదాల గురించి ఎమి తెలియదు, నన్ను విశ్వసించండి, అమ్మవారిని విశ్వసించండి. ఎంతమంది ఎని అనుకున్నా మనదేశం దర్శని తుడిచిపెట్టడం అసంభంవం, సరి అయినా సమయం కోసం ఎదురు చూద్దాం , గొప్ప ఉదేశం కోసం యుద్ధం చేయలి అనుకున్నపుడు ఆయుధాలు మనల్ని వేతుకుంటు మన వద్దకే వస్తాయి . ఇప్పుడు మనం ఇక్కడె వుండటం అంత శ్రేష్టం కాదు తిరిగి మనం వచ్చిన అడవిలోకి వెళ్ళిపోదాం.

సూర్య వచ్చేశాం అనుకుంటారా

అక్కడ ఒక వ్యక్తి గంభీరంగా దారిలో అడ్డుగా నిలుచోని వున్నాడు

ఇ తరం సింహపు పిల్లలు చరిత్ర నుంచి వచ్చిన ఒక బలమెన శక్తి వంతమైన సింహాని ఎద్రురుకోవాల్సిన సమయం వచ్చెసింది.

అర్జున్ ఎం చెద్దాం,

ఎంత దైర్యం వుంటే మన వాళ్ళనే అపహరించుకొని తీసుకొస్తాడు,

అర్జున్ సూర్యలు ఇరువురు రాజు గారి మింద దాడికి సిద్దాం ఆయారు

ముగ్గురు మధ్య యుద్ధం జరుగుతుంది రాజుగారు వాళ్ళిద్దరికీ చావు అంటే ఎలావుంటుందో చూపించారు అర్జున్ సుర్యలు ఇరువురు గాయపడుతున్నరు మంత్రి వార్యులవారు మంచు పుష్పని వాడి వారిని రక్షిస్తునారు,

లేచిన వెంటనె మల్లి రాజుగారి మిందకి యుద్ధనికి పోతున్నారు , ఇలా 3 సారు రాజు గారి మింద యుద్ధం లో ఓడిపోయిన తరువాతా,

ఒరేయ్ సూర్య 4 సరి యుద్ధానికి పోదామా

రేయ్ వీలు పుష్పం కోసమే వచ్చినవాళ్ళు అయితే మనల్ని చచేదాక కొట్టి మళ్ళీ మన గాయాలు అన్ని నయం చేయరు ఆది కూడ పుష్పాణి వాడి.

అంటే మాట్లాడుదాం అంటావ్,

హ.

అవేశని కొప్పాని అదుపులో పెట్టుకొని అనుప్రియలు ఎక్కడున్నారో అడిగారు,

నెను అనుకున్నంత బలహీనులు ఎం కాదు మీరు, వాలు లోపల వున్నారు మిగతా విషయలు మల్లి మాట్లాడుకుందాం.

వారుఇరువురు చివరికి అనుప్రియలను కలుసుకున్నారు . అనుప్రీయలు అర్జున్ సుర్యలను చాలా గట్టిగా కౌగిలించు కుంటారు.

నాకు తెలుసు సుర్య మీరు ఇద్దరు పుష్పంతో తిరిగివస్తారు ప్రియ ఊపిరి ఆడడం లేదు ముందు వదిలేయ్.

అర్జున్ నీకెం కాలేదు కద్ద

ఎం కాలేదు అను , మీకేం కాలేదు కాద్ద

మాకేం కాలేదు, మమ్మల్ని వాలు ఎంతో మర్యాద పూర్వకంగా చూసుకున్నారు ఇటువంటి మర్యాద మునుపెన్నడూ చూడలేదు అతిథి దేవోభవ అంటే ఎంతో అర్థం ఇప్పుడే తెలిసివచ్చింది.

అది సరేగాని వాళ్లిద్దరూ ఎవరు అను

ఆయన భారతదేశపు రాజు ఇంక్కొకరు ఆయన మహా మంత్రి ఒక ప్రమాదం లో, వాళ్ళ కాలం లో నుంచి మన కాలం లోకి వచ్చారు

.

అది ఎలా సాధ్యం

అ మాయ జలపాతం , వాళ్ళు అక్కడనుంచే వచ్చరు, వాళ్ళ కాలనీకి మన కాలానికి ఆ మాయజలపతం ఒక వారదిల వుంది.

రాజు గారు మన జనరేషన్ మీందా చాలా కోపంగా వున్నాడు సూర్య, అది ఆయన మమల్ని సావకోటినప్పుడే అర్థం అయింది బంగారం

మీ చర్చలు అయిపోయాయి, రాజు గారు మీమాల్ని పిలుస్తున్నారు బయటాకి రండి

మహారాజు గారికి మా వందనములు.

ఎం జరుగుతుంది నా దేశం లో,

హిందూ మహా సామ్రాజ్యంగా మొత్తం ప్రపంచానికే వెలుగు అందించాల్సిన దేశం, సొంత అస్తిత్వనే కాపడుకొలేకపోవటమ, వాళ్ళ మహోన్నతమైన చరిత్ర వాళ్ళకే గుర్తులేకపోవటమ, భారతదేశపు దర్శని భారతదేశపు సంస్కృతి సంప్రదాయలను భారతదేశపు అస్తిత్వాన్ని భారతవాసియులే అర్థం చేసుకోలేక పోవాడామ

సమాధానం చెప్పండి

అందరూ మౌనం వహిస్తారు

అసలు దేశం లో ఏం జరుగుతుందో మీకు అర్థం అవుతుందా

అమ్మ గుడిలో పూజారి చెప్పినాడు

విదేశియులు మీ మింద అధికారము చేస్తునప్పుడు స్వతంత్రం కోసం శాంతియుతమైన పోరాటాలు చేశారట. అలా వచ్చే దాన్ని స్వతంత్రం ఆనరు బిక్ష అంటారు బిక్ష.వాళ్ళలో రోషం పౌరుషం చచ్చింది అసలు వాళ్ళు మకే పుట్టారా,శత్రువుయొక్క బలం మనకంటే ఎక్కువగా వుంటే దాని ఎలా ఎదుర్కోవాలో ఆలోచించాలి గాని అడ్డుకోకుడదు భారతీయుల చెయ్యి ఎప్పుడు పైనే వుండాలి.చంపి తెచుకునదన్నే స్వతంత్రం అంటారు,అడ్డుకుంటే వచ్చేదని కాదు.

స్వతంత్రం వచ్చిన తరువాత దేశరజ్యంగాని నిర్మించడానికి దేశవిదేశాలకు వెళ్ళి మరీ ఎన్నో దేశాల రజ్యంగాలు ఆధారంగా మీ

రాజ్యాంగాన్ని నిర్మించారు అంటూ.ఇక్కడ మీ అన్ని ఎందుకు అన్నానో తెలుస ఎందుకంటే మమల్ని అక్కడ చంపేశారు కద్ధ .ప్రపంచానికే ధర్మం అంటే ఎంతో నేర్పించిన దేశం రా మన దేశం.రాముడు ధర్మబద్ధంగా రాజ్యాన్ని పరిపాలించిన దేశం రా మన దేశం,మేమంతా రాజ్యంగాలు లేకుండానే పరిపాలించం అనుకున్నారా

ఒక రాజు గ నాకు అనిపించింది ఎందంటే మన ధర్మ ఆధారంగా రాజ్యాంగాన్ని నిర్మించే అంతా సామర్ధ్యం వాళ్ళలో లేదు ఎందుకంటే మా కాలంలో తప్పశులు చేసే ఋషులు మహర్షులు వుండేవాళ్ళు పండితులు వుండేవాళ్ళు వేదపురణలు అవపుసపట్టిన మహామంత్రులు సలహాదారులు వుండేవాళ్ళు .

మిత్రులారా ఒక్క విషయం చెప్తా గుర్తుపెట్టుకోండి ఒక రాజ్యం లో నేరాలు జరుగుతున్నాయి అన్న అవకతవకలు జరుగుతున్నాయి అన్న దానికి రొండే కరణాలు ఒక్కటి రాజు రెండు ఆ రాజ్యం లో రాజు అనుసరించే రాజ్యాంగం .మా కాలం లో స్త్రీలకి ఎంతో గౌరవం ఉండేది ఒక స్త్రీ కి ఏమైనా జరిగితే తప్పు చేసినవాడిని ఈడుచుకుంటు తీసుకొచ్చి అందరి ముందు తల తీసేవళ్ళం,ఎంత సమర్థవంతంగా పరిపాలించే వాళ్ళం అంటే మన దేశాన్ని అక్రమించలి అన్ని వచ్చిన వాళ్ళని పిడికెడు మట్టిని కూడా తీసుకుపోనివలేదు

మీరు స్వతంత్రం రాంగానే దేశం లో కొంత భాగాన్ని కోల్పోయారు ,పాముపిల్ల అన్ని తెలిసికూడా పక్కలో పెట్టుకున్నారు ఆది పక్క రోజే పడగ విపింది స్థలం ఇవ్వడానికి కోల్పోవడానికి వున్న తేడా ఇదే

బ్రతకడానికి స్థలం అదిగివుంటే ఇచ్చినప్పుడు కృతజ్ఞత తో వుండేవాళ్ళు పక్క రోజే కటేసారు అంటే మిమల్ని మోసం చేసి ఆ ముక్క తీసుకున్నారు అని అర్థం.సరే అప్పుడైనా,మేము జాలి పడి బ్రతుకుతారు అన్ని కొంతభాగం ఇస్తే మమిందే విషం కక్కుతార అన్ని అప్పుడైనా తల తీసివుండాలి. కానీ మీరు పాలు పోసి మరీ పెంచుకున్నారు .ఆ ముక్క వాళ్ళకి మేమెక్కడ ఇచ్చము మమల్ని పరిపాలించినోలు పోయేటప్పుడు వాళ్ళకి ఇచ్చిపోయారు అంటారా,ఇక్కడే కనపడడం లా, మనం హక్కు అన్ని తీసుకునేదనికి వాళ్ళు బిచ్చం ఎస్తే ఎతుకునేదనికి తేడా.

సరే వచ్చింది తీసుకున్నారో,సాధించుకున్నారో మీ దేశం మిచేతిలో వున్నపుడైన వాళ్ళు నాశనం చేసినవన్నీ తిరిగినిర్మించి వుండాలి అవి కట్టడాలు అయిన పద్ధతులు అయిన. ప్రపంచంలో ఎన్నో దేశాలు వట్టి సొంత అస్తిత్వాన్ని కోలిపోయిన మన భారతదేశంలో యొక్క అస్తిత్వం ఇంక్క దృడంగా బలంగా వుంది అంటే మన సంస్కృతి సంప్రదాయాల వల్లే,వాటి విలువ తెలుసుకోండి ఇంకనైన మేల్కొండి

ఒక వైపు ప్రపంచ యుద్ధం కోసం రంగం సిద్ధం అవుతుంది,.

మీరు మీ సంస్థలు, అప్రలేనంత పెద్ద యుద్ధం జరగబోనుంది . మీరు మాత్రం ఏం పట్టనట్టు వున్నారు.మన మహోన్నతమైన గుళ్ళు గోపురాలు మీందా ఆధిపత్యం చెలాయిస్తూ , నాశనం చెస్తున్నారు మీరు చుస్తునేవున్నారు, సంసృతి సంప్రదాయాల విలువ తగ్గిపోతుంది, ఇక్కడ కూడ మీరు చేసింది ఎం లేదు, చుస్తునేవున్నారు. వీరులని పెంచాల్సిన

తల్లులు డబ్బాల ముందు కూర్చొని నాటకాలు చూస్తున్నారట , యువత వ్యాసనాలకు చెడు అలవాట్లకు బానిసలు అవుతున్నారు,

యవత్ ప్రపంచానికే విద్య నేర్పించిన, ఎంతో గోప్పదైన మన విద్య వవస్త నాశనం అయింది దాని గురించి ఎవరు ఆలోచించడం లేదు, మీ ఈ తరం వలలో రోషం లేదు పౌరుషం లేదు,పోరాడే తత్వమే లేదు. ఒక వేళ్ళ యుద్ధం జారిగితే దేశని దర్మని ఎలా రక్షించుకుంటారు మిగతా దేశాలతో పాటు అబివృద్ధి కోసం పరిగిస్తునారా, మేము చూడని అబివృద్ధ మన దేశం చూడని అబివృద్ధ అన్ని మన దేశం లోనే దాగివున్నాయి

ఇప్పటికే ఎనో పురాతనమైన కళ్ళలు వాట్టె అస్తిత్వని కోల్పోయాయి. ఇంకా కూడ స్పందించక పోతే మన దేశం అస్థిత్వం పుర్తిగా నాశనం అవుతుంది

మేల్కొండి . ప్రకృతిని పంచ భూతలను సైతం అదుపు చెయగాల ఎనో రహస్యాలు మన దర్మంలో దాగివున్నాయి , ఇ తరానికి తెలియాని ఎనో వైగ్యానిక విషయాలను మన శాస్త్రాలలో పొందు పరచబడివున్నయి ప్రపంచనికి వైజ్ఞానం అంటే ఎంతో కూడా తెలియని సమమంలో మేము ఎన్నో శాస్త్రాలను అనుసరించి ఎన్నో మహోనతమైన గుళ్ళు గోపురాలు నిర్మించము ఇపుడు వున్న మీ సైన్స్ కూడా అంతుచిక్కని రహస్యాలను శృష్టించాము అంతా గొప్పవి మన శాస్త్రాలు మన దేశపు మట్టిని తవితే మన మహోన్నతమైన చరిత్ర ఎంటో చూస్తారు మన దేశపు గ్యాణం మన దేశాని వదిలి ఎక్కడికి పోదు మీరు సరిగా వెతకాలి అంతే.

మన దర్శం యొక్క అసలైన శక్తిసామర్థ్యాలు ఎంటో తెలుసుకోండి యావత్ ప్రపంచామ్ ఆశ్చర్యపోయేలా వెలుగేతి చాటండి. భారతదేశని ఆక్రమించాలి. అదుపుచేయాలి అన్న ఆలోచనకుడ ఎవరికి రాకుండా చెయండి, దర్మని రక్షించండి దర్శం చూపిన దారిలోనే నడవండి, ప్రపంచాని కూడా ధర్మపు వెలుగులో నడిపించండి

మన దేశ మాత భరతమాత తల యెత్తుకొని గ్రవించెలా చెయండి, మన భవితరాల వారికి శాస్త్రులతో పాట్టు వాలు గర్వించేలా మన సంస్కృతి , సంప్రదాయాలు, మహోన్నతమైన చరిత్రను అందించండి అసలైన భారతీయుడిలా జీవించాండి.

TO BE CONTINUED....